# NẤU ĂN NHẬT ĐƠN GIẢN TẠI NHÀ

100 công thức nấu ăn từng bước
Sushi, mì, cơm, salad, súp miso,
tamagoyaki, tempura, teriyaki, v.v.

Nguyệt Đan

## Đã đăng ký Bản quyền.

## từ chối trách nhiệm

Thông tin chứa đựng nhằm mục đích phục vụ như một bộ sưu tập toàn diện các chiến lược mà tác giả của cuốn sách điện tử này đã nghiên cứu. Các bản tóm tắt, chiến lược, mẹo và thủ thuật chỉ là đề xuất của tác giả và việc đọc cuốn sách điện tử này sẽ không đảm bảo rằng kết quả của một người sẽ phản ánh chính xác kết quả của tác giả. Tác giả của sách điện tử đã thực hiện mọi nỗ lực hợp lý để cung cấp thông tin hiện tại và chính xác cho độc giả của sách điện tử. Tác giả và các cộng sự của mình sẽ không chịu trách nhiệm về bất kỳ lỗi hoặc thiếu sót vô ý nào có thể được tìm thấy. Tài liệu trong sách điện tử có thể bao gồm thông tin từ bên thứ ba. Tài liệu của bên thứ ba chứa ý kiến được thể hiện bởi chủ sở hữu của họ. Do đó, tác giả Sách điện tử không chịu trách nhiệm hoặc trách nhiệm pháp lý đối với bất kỳ tài liệu hoặc ý kiến của bên thứ ba nào.

Sách điện tử có bản quyền © 2022 với mọi quyền được bảo lưu. Việc phân phối lại, sao chép hoặc tạo các tác phẩm phái sinh từ Sách điện tử này, toàn bộ hoặc một phần, là bất hợp pháp. Không phần nào của báo cáo này có thể được sao chép hoặc truyền lại dưới bất kỳ hình thức nào mà không có sự cho phép bằng văn bản rõ ràng và có chữ ký của tác giả.

GIỚI THIỆU ..................................................................................................... 7
BỮA ĂN SÁNG ................................................................................................ 9
   1. Mây trứng quỷ .......................................................................................... 9
   2. Tamagoyaki; hộp cơm cuộn trứng tráng ................................................ 10
   3. Dorayaki, bánh xèo Nhật Bản bông xốp ................................................ 12
   4. Trứng tráng kiểu Nhật ............................................................................ 14
   5. Bánh xèo kiểu Nhật ................................................................................. 16
   6. Bát cơm ăn sáng kiểu Nhật .................................................................... 18
   7. Tamagoyaki ............................................................................................. 19
   8. Tonkatsu .................................................................................................. 21
   9. Bánh mì ốp lết kiểu Nhật với trứng ........................................................ 24
   10. Trứng cuộn kiểu Nhật .......................................................................... 26
   11. Okonomiyaki ở Hiroshima ................................................................... 27
   12. Cơm chiên kiểu Hibachi Nhật Bản ...................................................... 29
   13. Chảo kiểu Nhật ăn sáng ....................................................................... 30
MÓN CHÍNH .................................................................................................. 33
   14. Tonkatsu heo nướng ngon tuyệt .......................................................... 33
   15. Đậu phụ sốt tiêu đen ............................................................................. 35
   16. Cơm mè tía tô ....................................................................................... 36
   17. Mì nấm Nhật Bản .................................................................................. 38
   18. Cá rô kho gừng Nhật ............................................................................ 39
   19. Salad khoai tây kiểu Nhật .................................................................... 42
   20. Teriyaki Nhật Bản lạ mắt ..................................................................... 43
   21. Nấm ướp đậu nành ............................................................................... 45
   22. Bento ramen trứng ................................................................................ 48
   23. Oyakadon trứng Nhật Bản ................................................................... 50
   24. Viên cà ri kiểu Nhật (Kare pan) ........................................................... 51
   25. Cơm nắm ............................................................................................... 53
   26. Natto ...................................................................................................... 56
   27. Đậu phụ Agedashi ................................................................................ 57
   28. Nasu Dengaku ....................................................................................... 59
   29. Giết ........................................................................................................ 61
   30. Okonomiyaki ........................................................................................ 63
   31. Ramen Carbonara phô mai .................................................................. 65
   32. Yakisoba ................................................................................................ 67
   33. Gà nướng Katsu .................................................................................... 69
   34. Cà ri bò xay Hayashi ............................................................................ 71
   35. Mì Ramen Pan Bò Bít Tết .................................................................... 73
   36. Gà Teriyaki ............................................................................................ 75

37. Bát cá hồi kiểu Nhật.................................................. 76
38. Cơm Sushi/Chirashi-zushi ........................................ 78
39. Tôm nướng rau củ ................................................... 81
40. Gà trong nồi/Mizutaki .............................................. 82

SALAD NHẬT BẢN ........................................................... 84
41. Salad dưa chuột kiểu Nhật ..................................... 84
42. Gỏi nước kiểu Nhật ................................................. 86
43. Xà lách Kani............................................................. 88
44. Oshitashi ................................................................. 90
45. Salad bắp cải Nhật .................................................. 92
46. Salad mì Ramen ...................................................... 94
47. Salad thịt lợn Chimichurri ....................................... 96
48. Gỏi tầm xuân ........................................................... 99
49. Salad bắp Nhật........................................................ 101
50. Sonomono dưa chuột đậu nành ............................. 102

CÔNG THỨC SÚP NHẬT BẢN ........................................ 104
51. Súp miso ................................................................. 104
52. Ochazuke................................................................. 106
53. Ôzôn........................................................................ 108
54. Súp hành Nhật Bản ................................................. 110
55. Há cảo hoành thánh ............................................... 112
56. Canh kim chi và đậu hũ .......................................... 114
57. Súp nấm Shio Koji .................................................. 115
58. Yudofu .................................................................... 117
59. Canh cơm Ojiya....................................................... 118
60. Oshiruko Súp đậu đỏ ngọt ..................................... 120
61. Canh đậu ................................................................. 122

BẮT ĐẦU ........................................................................ 124
62. Sốt trắng cay Nhật Bản ........................................... 124
63. Cá hồi Nhật Bản và dưa chuột cắn ......................... 125
64. Bát đậu bắp keto Nhật Bản .................................... 127
65. Gà giòn sốt ............................................................. 128
66. Nhãn dán Nhật Bản ................................................ 130
67. Thịt viên sốt teriyaki Nhật Bản .............................. 132
68. Sandwich mùa hè Nhật Bản ................................... 134
69. Nem tươi sốt .......................................................... 136
70. Gà rán Karaage kiểu Nhật ...................................... 138
71. Kẹo cá mòi Tazukuri ............................................... 140
72. Thịt xiên nướng Yakitori ......................................... 142

73. Thịt viên gừng ngọt..................................................... 144
74. Bánh cá chiên giả Satsuma ...................................... 145
75. Những đám mây bỏng ngô rong biển....................... 147
TRÁNG MIỆNG ................................................................... 149
76. Rượu shochu Nhật với chanh ................................... 149
77. Kẹo mochi .................................................................. 151
78. Quả Fgarui ja ponese ............................................... 152
79. Salsa với trái cây Agar ............................................. 155
80. Cốc trái cây kiểu Nhật ............................................. 157
81. Cơm nắm Nhật Bản .................................................. 158
82. Kinako dango ............................................................ 160
83. Pudding bí ngô kiểu Nhật ........................................ 163
84. Dorayaki .................................................................... 164
85. Bánh bông lan phô mai Nhật Bản ............................ 166
86. Kem trà xanh ............................................................ 169
87. Taiyaki ....................................................................... 171
88. Thiền Tử ................................................................... 173
89. Okoshi ...................................................................... 175
90. Dango ....................................................................... 178
91. Kasutera ................................................................... 180
RAMEN VÀ SUSHI .............................................................. 182
92. Mì Ramen Shoyu ...................................................... 182
93. Mì Miso ..................................................................... 183
94. Ramen gà tự làm đơn giản ...................................... 185
95. Mì ramen chay .......................................................... 187
96. Mì Ramen ................................................................. 188
97. Mì thịt heo ................................................................. 190
98. Mì ăn liền .................................................................. 192
99. Sushi cá ngừ ............................................................ 193
100. Sushi cuộn Nhật Bản ............................................. 195
PHẦN KẾT LUẬN............................................................... 197

## GIỚI THIỆU

Người Nhật luôn thu hút sự chú ý của thế giới, tất cả là nhờ vào hàng loạt công nghệ đáng ghen tị của họ. Và nhà bếp của họ là một lĩnh vực khác được nhiều người ngưỡng mộ, nhưng không phải ai cũng có hiểu biết về sự sáng tạo của tủ đựng thức ăn. Chà, điều đó sắp thay đổi vì bạn sẽ được giới thiệu khoảng 100 món ăn Nhật Bản tuyệt vời, dễ làm tại nhà. Với điều này, cuối cùng bạn có thể nhắm mắt lại và tận hưởng hương thơm Nhật Bản bất tận trong không khí.

Ẩm thực Nhật Bản chủ yếu bao gồm các món ăn truyền thống và lãnh thổ của Nhật Bản, đã được phát triển qua hàng trăm năm thay đổi chính trị, tiền tệ và xã hội. Cách nấu ăn điển hình của Nhật Bản phụ thuộc vào cơm với súp miso và các món ăn khác nhau; thành phần theo mùa được nhấn mạnh.

Có nhiều loại gia vị khác nhau được sử dụng trong nấu ăn Nhật Bản, nhiều loại gia vị đã được thảo luận chi tiết trong các chương dưới đây. Bạn sẽ học các công thức nấu ăn khác nhau bao gồm bữa sáng, bữa trưa, bữa tối, món tráng miệng, salad, súp, đồ ăn nhẹ, sushi, các món thay thế và công thức nấu ăn truyền thống và chay.

Tất cả các công thức được đề cập trong cuốn sách này đều cực kỳ dễ thực hiện tại nhà. Bây giờ, đừng khoe khoang quá nhiều và cuối cùng hãy bắt đầu nấu món Nhật tại nhà.

## BỮA ĂN SÁNG

1. Mây trứng quỷ

Thành phần

- 7 quả trứng luộc lớn. Bị nứt và cắt làm đôi
- 4 tấm mây. Cắt thành dải
- $\frac{1}{2}$ chén sốt mayonaise
- 2 muỗng cà phê giấm gạo
- 2 muỗng cà phê bột wasabi
- $\frac{1}{4}$ muỗng cà phê. muối biển

Thành phần

a) Loại bỏ lòng đỏ từ trứng và nghiền

b) Thêm lòng đỏ đã nghiền vào sốt mayonnaise, muối, wasabi, giấm và trộn đều cho đến khi thành hỗn hợp sệt hoàn hảo

c) Xếp lòng trắng trứng ra đĩa

d) Múc ra và bỏ phần bên trong vào giếng của từng lòng trắng trứng

e) Làm ướt các dải mây và đặt chúng lên từng quả trứng đầy

## 2. Tamagoyaki; hộp cơm cuộn trứng tráng

Thành phần

- 2 quả trứng lớn
- ½ đám mây
- 1 ½ muỗng cà phê. đường trắng
- 1 muỗng canh sữa
- 2 muỗng cà phê cà rốt xắt nhỏ
- 2 muỗng cà phê hành lá thái nhỏ
- 2 thìa. dầu hạt cải


Hướng dẫn

a) Trong một bát nhỏ sạch, đánh trứng, sữa, đường và rong biển khô. Để qua một bên
b) Đun nóng dầu trong chảo chống dính lớn, sạch
c) Xào hành tây và cà rốt trong 1 phút
d) Tắt bếp và đổ hỗn hợp vào hỗn hợp trứng. Trộn đều và đổ lại vào chảo mỡ
e) Khi trứng bắt đầu thành hình thì cuộn lại để tạo thành lớp giấy bạc
f) Xào trong 2 phút, để nó chín
g) Chuyển sang đĩa phẳng và cắt thành cuộn
h) Vui vẻ!

### 3. Dorayaki, bánh xèo Nhật Bản bông xốp

### Thành phần

- 1 cái ly. Bột mì đã trộn sẵn với bột nở và muối
- Một nhúm muối
- ¼ muỗng cà phê. bột quế ☐☐ 3 quả trứng lớn.
- ½ muỗng cà phê. bột nở
- ½ chén đường hoặc mật ong
- 4 thìa. Sữa
- ½ kg Anko (đậu azuki ngọt xay nhuyễn)
- 2 cốc. Dầu thực vật để chiên Hướng dẫn

a) Thêm đường vào trứng đã đánh và đánh cho đến khi mịn

b) Hòa tan baking soda trong nước và thêm nó vào hỗn hợp trứng

c) Thêm bột rây dần dần trong khi trộn để kết hợp tốt hơn

d) Phết một ít dầu ăn lên chảo chống dính rồi đun nóng

e) Đổ một thìa bột vào chảo và chiên. Lật để làm phía bên kia

f) Loại bỏ khi rám nắng nhẹ

g) Chiên phần bột còn lại theo cách tương tự

h) Khi đã sẵn sàng, lấy ra và cho nhân đậu Anko lên từng chiếc bánh rồi phủ một chiếc bánh khác lên trên. Làm bánh sandwich.

## 4. Trứng tráng kiểu Nhật

Khẩu phần: 1 Thành phần:

- Nước tương, một thìa.
- Trứng, bốn quả ⬜ Đường, một thìa.
- Mirin, một cái thìa.
- Muối khi cần thiết
- Dầu ăn, nếu cần

Phương pháp:

Thêm một muỗng canh nước tương, rượu mirin, đường và một chút muối vào hỗn hợp trứng.

Cho một ít dầu ăn vào chảo và đun ở lửa vừa. Chuẩn bị sẵn một số giấy cuộn nhà bếp để giữ dầu cho chảo trong khi nấu ăn.

Thêm một lượng nhỏ hỗn hợp trứng vào chảo đã đun nóng. Sau khi trứng được nấu chín nhẹ để mặt trên vẫn còn hơi chưa chín, hãy đẩy trứng sang một bên chảo.

Thêm một ít dầu vào chảo bằng cuộn bếp và thêm một lượng nhỏ hỗn hợp trứng vào chảo.

Sau đó, bạn có thể bắt đầu lăn miếng trứng đầu tiên qua hỗn hợp vừa cho vào chảo cho đến khi bạn có được một miếng trứng cuộn nhỏ.

## 5. Bánh xèo kiểu Nhật

Khẩu phần: 4 Thành phần:

- Sữa, một cốc rưỡi ⬜⬜Bột nở, hai thìa cà phê.
- Đường, ba thìa.
- Muối Kosher, nửa muỗng cà phê.
- Bơ không muối, bốn muỗng canh.
- Trứng, bốn
- Chiết xuất vani, một muỗng cà phê.
- Kem cao răng, một phần tư muỗng cà phê.
- Xi-rô cây phong, nếu muốn
- Bột mì đa dụng, một cốc rưỡi
  Trộn bột mì, đường, bột nở và muối trong một tô lớn.

Phương pháp:

MỘT)

b)
   Trộn sữa, bơ tan chảy, vani và lòng đỏ trứng trong một bát vừa cho đến khi mịn.
c) Đánh lòng trắng trứng và cream of tartar trong một tô lớn khác.
d) Khuấy hỗn hợp sữa vào hỗn hợp bột cho đến khi kết hợp. Sau đó nhẹ nhàng thêm lòng trắng trứng còn lại cho đến khi mịn.
e) Đặt các khuôn vòng đã chuẩn bị vào giữa chảo và đổ đầy nửa cốc bột vào mỗi khuôn.
f) Nấu cho đến khi chúng trở nên vàng ở cả hai bên.

## 6. Bát cơm ăn sáng kiểu Nhật

Khẩu phần: 1 Thành phần:

- Ồ, một
- Cắt mỏng các đám mây khi cần thiết
- Hondashi, một nhúm ⬜⬜ Mirin, nửa thìa cà phê.
- Nước tương, nửa muỗng cà phê.
- MSG, một dấu gạch ngang
- Furikake khi cần thiết
- Cơm trắng luộc, một chén

Cho cơm vào bát, múc một thìa nhỏ ở giữa.
Đập toàn bộ quả trứng vào giữa.

Phương pháp:

MỘT)

b)

c) Nêm nửa muỗng cà phê nước tương, một chút muối, một chút bột ngọt, nửa muỗng cà phê rượu mirin và một chút Hondashi.

d) Dùng đũa trộn mạnh để trứng quyện vào nhau; nó sẽ trở thành màu vàng nhạt, có bọt và mịn trong kết cấu.

e) Hương vị và điều chỉnh gia vị khi cần thiết.

f) Rắc furikake và nori, múc một muỗng đầy lên trên và thêm lòng đỏ trứng còn lại.

g) Món ăn của bạn đã sẵn sàng để được phục vụ.

## 7. Tamagoyaki

Khẩu phần: 2 Thành phần:

- Trứng, ba
- Dầu ô liu, một muỗng cà phê.
- Shirodashi, hai muỗng cà phê.
- muối, bụi
- Nước, hai thìa.

Đập trứng vào một bát trộn cỡ vừa.
Thêm gia vị và trộn nhẹ nhàng để tránh quá nhiều bong bóng.
c) Lọc hỗn hợp trứng qua rây vài lần.
d) Đổ khoảng hai muỗng canh. dầu trong một bát nhỏ và thấm giấy nhà bếp và đặt sang một bên.
e) Đun nóng hai muỗng cà phê. dầu ô liu trong chảo trên lửa vừa cho đến khi bạn có thể cảm thấy hơi nóng khi lướt tay trên chảo.
f) Đổ một phần tư hỗn hợp trứng vào chảo.
g) Phá vỡ bất kỳ bong bóng nào đã hình thành bằng cạnh đũa và trộn nhẹ nhàng và nhẹ nhàng.

Phương pháp:

MỘT)

b)
## 8. Tonkatsu

Khẩu phần: 4 Thành phần:

- Trứng, hai
- Bột khi cần thiết
- Nước sốt tonkatsu, để phục vụ
- Bắp cải Napa thái nhỏ, khi cần
- Breadcrumbs, khi cần thiết
- Thịt lợn thăn, bốn miếng
- Dầu để chiên
- muối, bụi

- Hạt tiêu, khi cần thiết

Phương pháp:

MỘT)

Pound để làm phẳng miếng thịt còn khoảng một phần tư inch. Muối và hạt tiêu trên cả hai mặt của mỗi miếng cốt lết.

b) Lăn từng viên qua bột mì, sau đó nhúng qua trứng đã đánh và ấn vụn bánh mì để áo đều hai mặt.

c) Đun nóng chảo lớn với khoảng nửa inch dầu cho đến khi nóng.

d) Đặt cốt lết trong dầu nóng. Chiên cho đến khi vàng nâu.

e) Để ráo miếng sườn trên khăn giấy và cắt thịt lợn thành những miếng vừa ăn có thể ăn bằng đũa.

f) Sắp thịt lợn lên đĩa có lót bắp cải thái nhỏ và trang trí bằng chanh.

## 9. Bánh mì ốp lết kiểu Nhật với trứng

Khẩu phần: 2 Thành phần:

- Trứng, hai
- Súp Nhật, nửa muỗng cà phê.
- Nước nóng, một muỗng cà phê.
- nước tương, một muỗng cà phê.
- Mayonnaise, khi cần thiết
- Lát bánh mì, bốn
- Dầu để chiên
- muối, bụi
- Hạt tiêu, khi cần thiết

Phương pháp:

MỘT)
   Hòa tan súp Nhật Bản trong nước nóng và làm lạnh.
b) Trộn tất cả các thành phần bằng máy đánh trứng.
c) Cho dầu vào hộp cách nhiệt 12cm x 12cm.
d) Đậy nắp hộp và đun nóng trong một phút ba mươi giây trong lò vi sóng.
e) Loại bỏ và làm lạnh. Lau sạch độ ẩm thêm bằng giấy nhà bếp.
f) Phết sốt mayonnaise lên một mặt bánh mì. Đặt trứng tráng và cắt thành bốn miếng.
g) Món ăn của bạn đã sẵn sàng để được phục vụ.

## 10. Trứng cuộn kiểu Nhật

Khẩu phần: 4 Thành phần:

- Trứng, sáu
- Daikon, để phục vụ 🡪 Nước tương, một muỗng cà phê.
- muối, một muỗng cà phê.
- Mirin, một cái thìa.
- đường bột, một cái muỗng.
- Shiso lá, theo yêu cầu
- Dầu để chiên

Phương pháp:

a) Trộn nước dùng dashi với rượu mirin, đường, nước tương và muối.

b) Thêm vào trứng đã đánh và trộn đều. Làm nóng chảo trứng tráng trên lửa vừa. c) Đổ một ít hỗn hợp trứng vào và nghiêng chảo để tráng đều.

d) Giữ món trứng tráng đã cuộn trong chảo và đẩy nó về phía xa bạn nhất.

e) Tiếp tục đổ hỗn hợp trứng vào phần rỗng, dùng đũa nhấc cuộn thứ nhất ra cho hỗn hợp trứng chảy xuống bên dưới.

f) Lặp lại quy trình cho đến khi hết hỗn hợp trứng.

11. **Okonomiyaki** ở **Hiroshima**

Khẩu phần: 2 Thành phần:

- Ồ, hai thìa.

- Trứng, ba
- Thịt xông khói, sáu dải
- Bắp cải, 150 g
- Bột Okonomiyaki, nửa cốc
- Sốt Okonomiyaki, hai thìa.
- Bonito flakes, nếu cần  Mì Yakisoba, hai cốc  Gừng ngâm, một muỗng cà phê.
- Rong biển Aonori, khi thích hợp

a) Trộn bột okonomiyaki với nước và một quả trứng cho đến khi bạn có được một khối bột mịn, không vón cục.

b) Thêm gần một nửa lượng bột vào chảo theo hình tròn đều đẹp mắt.

c) Bên trên lớp bột cho một nửa bắp cải và một nửa giá đỗ rồi đến thịt ba chỉ.

d) Một thìa được rót. bột lên trên hỗn hợp và để nấu trong khoảng mười phút trước khi lật.

e) nấu một phần yakisoba và đặt okonomiyaki lên trên mì.

f) Đập một quả trứng vào bát và đập lấy lòng đỏ trước khi đổ vào chảo đầu tiên ở mặt bên của okonomiyaki.

g) Đặt okonomiyaki lên trên trứng và nấu trong hai phút.

h) Trang trí và phục vụ.

Phương pháp:

## 12. Cơm chiên kiểu Hibachi Nhật Bản

Khẩu phần: 4 Thành phần:

- Dầu mè rang, một muỗng canh.
- Muối khi cần thiết
- Tiêu đen xay, khi cần
- Trứng, hai
- Cơm sôi, bốn chén ⬜⬜ Nước tương, hai muỗng canh.
- Hành tây băm nhỏ, một ⬜⬜ Bơ, bốn thìa.

a) nhẹ nhàng trộn trứng, muối và tiêu đen xay.

b) Thêm một thìa bơ vào chảo hoặc chảo đã đun nóng. Sau khi bơ tan chảy, thêm trứng và trộn.

c) Thêm một muỗng canh bơ vào chảo đun nóng. thêm hành tây xắt nhỏ. Thêm bơ còn lại và thêm gạo nấu chín.

d) Thêm nước tương và dầu mè nướng cùng với cơm.

e) Sau khi cơm chiên hơi chín vàng, cho trứng vào và trộn đều.

f) Nó được phục vụ ấm áp với một ít nước sốt yum.

### 13. Chảo kiểu Nhật ăn sáng

Khẩu phần: 2 Thành phần:

- Khoai lang Nhật, nửa chén

Phương pháp:

- Cà rốt thái sợi, nửa chén ▢▢ Gừng tươi, nửa muỗng cà phê.
- Mirin, một phần tư cốc
- Nấm thái lát, một cốc ▢▢ Tamari, hai thìa. ▢▢ Đầu hành trắng, nửa chén nhỏ ▢▢ Dầu mè, hai thìa.
- Tempeh hữu cơ, một khối

- Nước luộc rau, hai chén

Phương pháp:

a) Trong một cái nồi vừa để vừa khối tempeh, trộn tempeh và nước dùng rau rồi đun sôi.

b) Giảm nhiệt ngay lập tức và đun nhỏ lửa trong mười lăm phút. Khi đã sẵn sàng, cắt thành khối nhỏ và đặt sang một bên.

c) Trong một chảo lớn, đun nóng dầu rồi cho khoai tây thái hạt lựu và cà rốt thái lát vào. Điều chỉnh nhiệt ở mức trung bình cao và nấu trong mười lăm phút cho đến khi rau củ có màu vàng đẹp mắt.

d) Thêm hành tây và tempeh và tiếp tục chiên trong khoảng ba phút.

e) Thêm bắp cải, tỏi, gừng và nấm, sau đó khuấy nhanh. Chảo phải rất khô.

f) Bây giờ khử men bằng mirin và tamari.

g) Trộn trong vài phút để phủ mọi thứ trong lớp men.

h) Món ăn của bạn đã sẵn sàng để được phục vụ.

# MÓN CHÍNH

## 14. Tonkatsu heo nướng ngon tuyệt

Thành phần

- 1 ½ cốc. Panko (Bánh mì Nhật Bản hoặc vụn bánh mì thông thường của bạn)
- 1 trứng lớn. đánh đẹp
- 1 ½ muỗng canh. dầu trung tính
- 3 muỗng cà phê bột mì trắng
- 1 muỗng canh muối kosher
- 1 thìa. tiêu đen
- 3 thăn lợn không xương

- nước sốt Tonkatsu
- Bắp cải cắt nhỏ (số lượng tùy thích) để phục vụ

Hướng dẫn

a) Làm nóng lò ở 300 độ
b) Cho panko vào chảo khô và chiên. Khuấy và rưới một ít dầu cho đến khi vàng
c) Nêm thịt lợn với muối và hạt tiêu và rắc bột mì lên trên. Đảm bảo tất cả các mặt của thăn lợn đều được phủ bột
d) Nhúng thăn đã tẩm bột vào trứng đã đánh bông rồi lăn qua chảo panko đã nguội. Hãy chắc chắn rằng tất cả các mặt được phủ tốt với vụn
e) Đặt thịt lợn vào chảo và nướng trong 40 phút hoặc hơn tùy thuộc vào độ dày của nó.
f) Xếp ra đĩa và dùng với sốt Tonkatsu đã pha sẵn và bắp cải bào sợi

## 15. Đậu phụ sốt tiêu đen

Thành phần

- 1 cái ly. Bột ngô
- 1 ½ muỗng cà phê. tiêu sọ
- 16 oz đậu phụ cứng, ráo nước hoàn toàn
- 4 thìa. dầu thực vật
- 1 muỗng canh muối kosher
- 2 cep, thái nhỏ
- 3 quả ớt đỏ, bỏ hạt và thái nhỏ

Hướng dẫn

a) Hãy chắc chắn rằng đậu phụ đã được ráo nước và thấm khô bằng khăn giấy. Bạn có thể ấn một chiếc thớt nặng lên đó để lấy hết chất lỏng ra ngoài.

b) Cắt đậu phụ thành những miếng vuông cứng cáp

c) Trộn bột bắp với tiêu trắng và muối.

d) Quăng đậu phụ vào hỗn hợp bột mì, cẩn thận để đảm bảo các khối đậu được phủ đều.

e) Đặt chúng vào túi Ziploc trong 2 phút

f) Đổ dầu vào chảo chống dính, khi dầu nóng cho từng viên đậu hũ vào chiên giòn

g) Nó được chiên theo mẻ và

h) Trang trí với ớt thái lát và trà xanh

## 16. Cơm mè tía tô

Thành phần

- 2 tách. gạo luộc (hạt ngắn)
- 12 lá tía tô (thêm bớt nếu thích). Cắt mịn thành dải
- 6 miếng umeboshi (mận ngâm Nhật Bản). Hạt và xắt nhỏ
- 2 thìa. hạt vừng, nướng ngon

a) Trong một bát sâu sạch, trộn cơm đã nấu chín, umeboshi, lá tía tô và hạt vừng.
b) Phục vụ

### 17. Mì nấm Nhật Bản

Thành phần

- 2 oz nấm Buna shimeji
- 1 gói. Mì soba hoặc món mì yêu thích của bạn. Luộc và để ráo nước theo Hướng dẫn
- 3 thìa. cơ sở súp mizkan
- 2 quả trứng luộc, đập vỡ và cắt làm đôi
- 1 bó cải ngọt hoặc xà lách
- 2 cốc. Nước
- 2 muỗng cà phê hạt mè trắng
- Hành lá, xắt nhỏ

Hướng dẫn

a) Trong một cái chảo vừa, đun sôi nước và thêm nước súp, cải ngọt non và nấm. Nấu trong 2 phút.

b) Cho mì đã nấu chín vào đĩa/bát. Đặt nửa quả trứng và đổ súp lên trên

c) Trang trí với trà và hạt vừng

d) Nó được phục vụ bằng đũa

**18. Cá rô kho gừng Nhật**

Thành phần

- 2 muỗng cà phê tương miso trắng
- Miếng Cá Vược 6oz
- 1 ¼ muỗng cà phê. đã chết
- 1 thìa nước cốt gừng tươi
- 1 thìa đường
- 3 muỗng cà phê thân yêu

Hướng dẫn

MỘT)
   Trong một bát vừa sạch, kết hợp tất cả các thành phần trừ rượu sake. Trộn đều và để một bên.

b) Đặt miếng cá vào hỗn hợp, thêm rượu sake và khuấy cho đến khi phủ đều

c) Để tủ lạnh 4 tiếng

d) Làm nóng vỉ nướng trước và đặt cá lên vỉ nướng

e) Chiên, đảo từ bên này sang bên kia cho đến khi chín hoàn toàn và chín.

f) Chuyển bass vào đĩa và phục vụ

### 19. Salad khoai tây kiểu Nhật

Thành phần

- 2 kg khoai tây chiên. Làm sạch, nấu chín và xay nhuyễn
- 3 quả dưa chuột. thái nhỏ
- ¼ muỗng cà phê. muối biển
- 3 muỗng cà phê rượu gạo Giấm
- 1 thìa. mù tạt Nhật Bản
- 7 thìa. Mayonnaise Nhật Bản
- 2 củ cà rốt. Quý và cắt lát mỏng
- 3 quả trứng luộc chín
- 1 củ hành tím. thái nhỏ

Hướng dẫn

MỘT)
Cho dưa chuột đã thái vào tô, rắc chút muối lên trên và để trong 12 phút. Xả nước thừa và lau khô dưa chuột trên khăn giấy

b) Trong một bát nhỏ, trộn đều mù tạt, mayo và giấm

c) Trong một bát lớn khác, thêm khoai tây nghiền, hỗn hợp mayo, trứng, dưa chuột và cà rốt. Trộn đều để được hỗn hợp đồng nhất

## 20. Teriyaki Nhật Bản lạ mắt

Thành phần

- 2 lb cá hồi
- 3 thìa. hành lá xắt nhỏ
- 2 thìa. hạt vừng đen trắng
- ½ chén dầu ô liu nguyên chất
- Sốt Teriyaki
- 4 thìa. xì dầu
- 1 cốc mirin
- 2 ½ cốc. Đường

Làm nước sốt teriyaki bằng cách cho tất cả các nguyên liệu dưới tiêu đề vào nồi và đun nhỏ lửa cho đến khi đặc lại. Tắt lửa và để nguội

b) Đổ một ít dầu ăn vào chảo chống dính rồi cho cá hồi vào. đậy nắp chảo và nấu cá hồi trên lửa vừa phải cho đến khi chín vàng đều.

c) Xếp ra đĩa và rưới sốt teriyaki lên trên

d) Và nó được trang trí với hạt vừng trắng và hành lá xắt nhỏ

Hướng dẫn

MỘT)
21. Nấm ướp đậu nành

Thành phần

- 4 gói nấm kim châm hoặc loại nấm yêu thích của bạn
- 2 thìa. xì dầu
- 3 thìa. dầu hướng dương
- 3 thìa. giấm gạo
- 3 thìa. Misubishi. □□ 2 quả ớt đỏ thái nhỏ.
- 1 rsp. Muối kosher
- 2 thìa. tía tô xanh. Thái nhỏ

Hướng dẫn

a) Để lửa nhỏ, đổ dầu vào chảo và đun nóng
b) Cho nấm vào dầu nóng và chiên cho đến khi chúng thấm hết dầu
c) Tắt lửa và thêm nước tương, giấm, tía tô, mitsuba, muối và hạt tiêu.
d) Phục vụ hoặc làm lạnh khi ướp lạnh.

## 22. Bento ramen trứng

Thành phần

- 6 quả trứng lớn
- 1 thìa. bột nở
- mắm nêm
- ¼ cốc. Kính thưa
- ¼ chén súp có hương vị Mizkan Bonito hoặc bất kỳ loại súp nào ⬜⬜ 5 muỗng canh. xì dầu
- 4 thìa. đã chết

Hướng dẫn

a) Trong một cái chảo nhỏ, đổ nước, thêm baking soda, đun sôi. Thêm trứng và nấu trong 10 phút khi nước sôi

b) Trong một cái chảo khác, trộn tất cả các nguyên liệu làm nước sốt và nấu trong 5 phút. Tắt lửa và để nguội

c) Khi trứng đã sẵn sàng, loại bỏ và đóng băng bớt nóng đi. Bóc vỏ, cho vào lọ

d) Đổ nước sốt đã nguội lên trứng, đảm bảo trứng ngập hoàn toàn trong nước sốt. Để nó trong tủ lạnh qua đêm

e) Khi đã sẵn sàng, lấy từng lát ra khỏi tủ lạnh làm đôi và phục vụ

### 23. Oyakadon trứng Nhật Bản

Thành phần

- 1 đùi gà lớn rút xương. Cắt thành miếng vừa ăn
- 3 quả trứng lớn, bị đánh đập
- 2 ¼ muỗng canh. đã chết
- ½ cốc. DASH
- 2 bát. Gạo luộc (hạt ngắn)
- 2 ¼ muỗng canh. xì dầu
- 1 củ hành vàng lớn, thái lát mỏng
- 1 củ hành tây, (phần xanh) thái nhỏ
- ½ muỗng cà phê. đường

- 1 ¼ muỗng canh. rượu sake nhật bản

Hướng dẫn

a) Trộn rượu mirin và rượu sake trong nồi và đun nhỏ lửa
b) Thêm nước tương, dashi, đường và hành tây. Nấu trong 3 phút
c) Thêm thịt gà và chiên trong 5 phút
d) Thêm hành lá, rắc trứng đánh tan (không trộn)
e) Khi trứng bắt đầu cứng lại thì tắt bếp
f) Chuẩn bị cơm đã nấu chín trong một cái bát và đổ trứng lên trên

## 24. Viên cà ri kiểu Nhật (Kare pan)

Thành phần

- nó mất
- 1 cái ly. Panko
- 2 thìa. dầu thực vật
- nhân cà ri
- 100 g thịt bò, băm nhỏ
- 1 củ hành vừa, xắt nhỏ
- 2 củ khoai tây, luộc và nghiền
- 2 thìa. bột tỏi
- 1 củ cà rốt. xúc xắc tốt
- 1 thìa. Garam Masala
- 60 g nước sốt cà ri

**Hướng dẫn**

a) Đun nóng dầu trong chảo vừa sạch, cho cà rốt, hành tây, bột tỏi vào xào cho đến khi chín mềm.

b) Cho thịt bò và chút nước vào nấu 20 phút

c) Giảm nhiệt và thêm cà ri và masala. Khuấy để trộn

d) Thêm khoai tây nghiền và khuấy đều để làm dày

e) Làm nóng lò ở 250 độ

f) Khi nhân nguội. Chia bột thành từng viên tròn, nhào trên mặt phẳng đã rắc bột mì, cho một thìa nhân lên trên miếng bột và cán thành một khối bột mịn, cứng cáp.

g) Lặp lại phần còn lại, phết dầu lên từng cái và ném bột đã đầy lên panko

h) Xếp bột vào khuôn đã chuẩn bị sẵn và nướng trong 20 phút

## 25. Cơm nắm

Khẩu phần: 3 Thành phần:

- Sheet Clouds khi cần thiết
- Umeboshi, một
- Nước tương, nửa muỗng cà phê.
- Myrin, nửa thìa cà phê.
- Cá ngừ, một cốc
- Mayonnaise Nhật Bản, hai thìa.
- Cá hồi muối, một miếng
- Cơm sôi, hai chén

Phương pháp:

MỘT)
Nấu cơm theo nồi cơm điện nhà bạn hoặc nếu không có nồi thì làm theo hướng dẫn tại đây.

b) Cho cơm ra bát riêng để nguội.

c) Chuẩn bị tất cả các chất độn bạn sẽ sử dụng và đặt sang một bên.

d) Chuẩn bị tấm rong biển.

e) Đặt màng bọc thực phẩm lên trên bát cơm.

f) Đặt một ít cơm đã nấu chín lên giữa màng bọc thực phẩm.

g) Cho khoảng 1 thìa cà phê umeboshi vào giữa cơm, sau đó phủ cơm xung quanh.

h) Bọc màng bọc thực phẩm lên cơm, dùng tay bóp và nặn cơm thành hình tam giác.

i) Tháo màng bọc thực phẩm và phủ một tấm rong biển lên đáy tam giác gạo.

j) Món ăn của bạn đã sẵn sàng để được phục vụ.

## 26. Natto

Khẩu phần: 1 Thành phần:

- Hành lá, để trang trí ☐☐ Natto, một thìa.
- Nước tương, nửa muỗng cà phê.
- Saikkyo, một thìa rưỡi.
- Đậu hũ, nửa khối ☐☐ Miso, hai muỗng canh.
- hạt Wakame, một số ít
- Dashi, hai cốc

    Đun sôi dashi trong nồi súp và thả một thìa natto vào chất lỏng. Đun sôi trong hai phút.

b) Cho tương miso vào nồi và dùng mặt sau của thìa để hòa tan tương vào nước dashi.

Phương pháp:

MỘT)

c) Thêm wakame và đậu phụ và nấu thêm 30 giây nữa.

d) Trang trí với trà.

e) Phục vụ ngay lập tức.

## 27. Đậu phụ Agedashi

Khẩu phần: 3 Thành phần:

- Dầu thơm, ba chén ☐☐ Bột bắp, bốn muỗng canh.
- Nước tương, hai thìa.
- Katsuobishi khi cần thiết

- Đậu phụ, một khối
- Rượu mirin, hai thìa.
- Daikon củ cải, khi cần thiết
- Hành lá, khi cần
- Shichimi Togarashi, một tay
- Dashi, một cốc

Thu thập tất cả các thành phần.

b) Bọc đậu phụ trong ba lớp khăn giấy và đặt một đĩa khác lên trên. Xả nước từ đậu phụ trong mười lăm phút.

c) Cũng làm sạch daikon trên vắt và nhẹ nhàng vắt kiệt nước. Cắt hành lá thành lát mỏng.

d) Cho dashi, nước tương và rượu mirin vào nồi nhỏ và đun sôi.

e) Lấy đậu phụ ra khỏi khăn giấy và cắt thành tám miếng.

f) Chải đậu phụ với tinh bột khoai tây, để lại bột thừa và chiên ngay cho đến khi có màu nâu nhạt và giòn.

g) Vớt đậu phụ ra đĩa có lót khăn giấy hoặc giá để ráo dầu.

h) Để phục vụ, đặt đậu phụ vào bát phục vụ và nhẹ nhàng đổ nước sốt lên trên mà không làm ướt đậu phụ.

Phương pháp:

MỘT)
28. Nasu Dengaku

Khẩu phần: 4 Thành phần:

- cà tím Nhật, ba quả ▢▢ Dầu thơm, một thìa.
- Sake, hai thìa.
- Đường, hai thìa.
- Miso, bốn muỗng canh.
- Hạt mè, khi cần thiết
- Đậu phụ, một khối
- Rượu mirin, hai thìa.
- Daikon củ cải, ba
- Konnyaku, một bàn tay

  Trộn rượu sake, rượu mirin, đường và miso vào nồi.

b) Khuấy đều để kết hợp và sau đó đun sôi trên lửa nhỏ. Khuấy liên tục và nấu trong vài phút.

c) Bọc đậu phụ bằng hai tờ khăn giấy và ấn đậu phụ vào giữa hai đĩa trong 30 phút.

d) Đặt đậu phụ và cà tím lên khay nướng có viền lót giấy nến hoặc khay nướng silicon. Dùng cọ phết dầu thực vật lên trên và dưới đậu phụ và cà tím.

e) Nướng ở nhiệt độ 400 độ trong 20 phút hoặc cho đến khi cà tím mềm.

f) Cẩn thận múc một ít men miso lên đậu phụ và cà tím rồi dàn đều. Đun sôi trong năm phút.

Phương pháp:

MỘT)
**29. Giết**

Khẩu phần: 2 Thành phần:

- Gà rút xương, một ký ☐☐ Dầu ôliu, một thìa.
- Rau trộn, nửa chén
- Muối và hạt tiêu nếu cần ☐☐Cơm Nhật nấu chín, một cốc rưỡi ☐☐Nước tương, một thìa cà phê.
- Sốt cà chua, một thìa.
- Sữa, hai thìa.
- Trứng, hai
- Phô mai, một nắm

 Đun nóng dầu và xào hành tây cho đến khi mềm. thêm gà

b) Thêm rau trộn và nêm muối và hạt tiêu.

c) Thêm gạo và chia thành từng miếng nhỏ.

d) Thêm sốt cà chua và nước tương và trộn đều mọi thứ bằng thìa.

e) Đun nóng dầu ô liu trong chảo trên lửa vừa cao.

f) Khi chảo nóng, đổ hỗn hợp trứng vào chảo và nghiêng để tráng đáy chảo. Giảm nhiệt khi đáy trứng được thiết lập.

g) Đặt phô mai và cơm chiên lên trên món trứng tráng.

Phương pháp:

MỘT)
## 30. Okonomiyaki

Khẩu phần: 4 Thành phần:

- Dashi, một cốc
- Dầu hào, một thìa.
- Nagaimo khi cần thiết
- Muối khi cần thiết
- Bột một cốc rưỡi □□Đường, nửa thìa cà phê.
- Bột nở, nửa thìa cà phê. □□Thịt ba chỉ nửa ký □□Sữa, hai thìa.

Trứng, bốn

Bắp cải, một

**Phương pháp:**

a) Trộn tất cả các thành phần cho bột.

b) Thêm nagaimo và dashi bào vào bát.

c) Trộn tất cả mọi thứ cho đến khi đồng nhất.

d) Lấy bột ra khỏi tủ lạnh và thêm trứng, vụn tempura và gừng đỏ ngâm vào bát. Trộn đều cho đến khi kết hợp tốt.

e) Thêm bắp cải xắt nhỏ vào bột. Trộn đều trước khi thêm phần còn lại.

f) Trong một cái chảo lớn, đun nóng dầu thực vật trên lửa vừa. Dàn đều bột.

g) Đặt miếng thịt ba chỉ thái lát lên trên Okonomiyaki và đậy nắp nấu trong năm phút.

h) Nhấn nhẹ okonomiyaki. Đậy nắp và nấu thêm năm phút nữa.

- 
- 

## 31. Ramen Carbonara phô mai

Thời gian chuẩn bị : 30 phút

Khẩu phần: 4 Thành phần:

- Dashi, một cốc
- Dầu ô liu, một muỗng canh.
- Thị t xông khói lát, sáu
- Muối khi cần thiết
- tỏi băm, hai
- Mùi tây, nếu cần ▢▢Parmesan, nửa cốc ▢▢Sữa, hai muỗng canh.
  Trứng, hai
  Gói ramen, ba

Phương pháp:

a) Kết hợp tất cả các thành phần.

b) Luộc mì theo hướng dẫn trên bao bì.

c) Dự trữ một phần tư cốc nước nấu để pha loãng nước sốt sau nếu cần. Để ráo mì và trộn với dầu ô liu để chống dính.

d) Đun nóng chảo vừa trên lửa vừa. Nấu các miếng thị t xông khói cho đến khi chín vàng và giòn. Cho mì vào chảo và trộn với thị t xông khói cho đến khi mì được bao phủ bởi mỡ thị t xông khói.

e) Đánh trứng bằng nĩa và trộn với parmesan. Đổ hỗn hợp trứng-phô mai vào chảo và trộn với thị t xông khói và mì.

- 
- 

## 32. Yakisoba

**Thời gian chuẩn bị : 30 phút**

Khẩu phần: 4

Thành phần:

- Nước mắm, hai thìa.
- Ồ, một
- Nước tương, nửa chén
- Cơm Nhật luộc, ba chén
- cà chua, hai
- Rau mùi, nửa cốc 󠀠󠀠 Muối và tiêu, tùy khẩu vị 󠀠󠀠 Dầu thực vật, hai thìa canh.
  ớt Nhật, ba quả

Quả óc chó rang, nửa cốc
- Ức gà, tám lạng
- Hành tây, một củ ▢▢ Hành lá, nửa chén ▢▢ Tỏi băm nhỏ, một thìa cà phê.

Hướng dẫn:

a) Khi chảo rất nóng, thêm hai muỗng canh dầu.

b) Khi dầu nóng, cho thịt gà vào chiên trên lửa lớn cho đến khi chín vàng đều các mặt.

c) Lấy thịt gà ra và để sang một bên, thêm trứng, một chút muối và nấu trong một hoặc hai phút cho đến khi chín.

d) Thêm dầu còn lại vào chảo và thêm hành tây, hẹ và tỏi. Trộn tất cả gạo. Thêm nước tương và nước mắm và khuấy để trộn tất cả các thành phần.

e) Tiếp tục khuấy trong vài phút, sau đó thêm trứng và thịt gà trở lại chảo.

- 
- 

## 33. Gà nướng Katsu

**Thời gian chuẩn bị : 25 phút**

Khẩu phần: 4

Thành phần:

- Ức gà rút xương miếng, một kg
- Panko, một cốc
- Bột mì đa dụng, nửa cốc ▢▢ Nước, một thìa canh.
- Ồ, một
- Muối và hạt tiêu cho vừa ăn
- Sốt Tonkatsu, khi cần

Hướng dẫn:

a) Kết hợp panko và dầu trong chảo và chiên trên lửa vừa cho đến khi vàng nâu. Chuyển panko vào một cái bát nông và để nguội.

b) Đặt ức gà ra và cắt làm đôi. Nêm cả hai mặt của gà với muối và hạt tiêu.

c) Trong một bát nông, thêm bột và trong một bát nông khác, trộn trứng và nước.

d) Lăn từng miếng gà qua bột mì và rũ bỏ bột thừa. Nhúng vào hỗn hợp trứng rồi phủ một lớp panko đã chiên lên, ấn chặt để gà dính chặt.

e) Đặt các miếng thịt gà lên tấm nướng đã chuẩn bị trong khoảng hai mươi phút. Phục vụ ngay lập tức hoặc chuyển sang giá dây để phần dưới của katsu không bị sũng nước.

### 34. Cà ri bò xay Hayashi

Khẩu phần: 2 Thành phần:

- hành tây, một
- Cà rốt, nửa cốc ▫▫ Thịt bò xay, nửa cân ▫▫ Dầu hạt cải, một thìa canh.
- Sốt cà chua, hai thìa. ▫▫ Muối và tiêu, tùy khẩu vị ▫▫ Tinh bột ngô, một muỗng cà phê.
- Nước luộc thịt bò, một cốc ▫▫ Rượu sake, một thìa.

Trứng luộc, một

Hướng dẫn:

a) Luộc trứng và cắt thành miếng nhỏ hoặc nghiền bằng nĩa. Mùa tốt với muối và hạt tiêu.

b) Đun nóng dầu và thêm hành tây và cà rốt.

c) Rắc bột bắp lên thịt bò xay và thêm vào rau. Thêm một phần tư chén thịt bò và chia nhỏ thịt bò trong khi khuấy.

d) Thêm thịt bò, sốt cà chua, rượu sake và sốt Worcestershire.

e) Trộn đều và đun sôi trong mười phút hoặc cho đến khi tất cả chất lỏng bay hơi hết. Nêm với muối và hạt tiêu.

f) Chiên hành tây trong chảo riêng cho đến khi giòn.

## 35. Mì Ramen Pan Bò Bít Tết

**Thời gian chuẩn bị : 15 phút**

Khẩu phần: 2 Thành phần:

- hành tây, một
- Cà rốt, nửa cốc ▢▢ Thịt bò xay, nửa cân ▢▢ Dầu hạt cải, một thìa canh.
- Sốt cà chua, hai thìa. ▢▢ Muối và tiêu, tùy khẩu vị ▢▢ Tinh bột ngô, một muỗng cà phê.
- Nước dùng thịt bò, một chén
  Sake, một cái thìa.
- Trứng luộc, một
- Nước sốt Worrouershire, một muỗng canh.

Hướng dẫn:

a) Trong một cái chảo lớn trên lửa vừa và cao, đun nóng dầu.

b) Thêm bít tết và áp chảo cho đến khi chín như mong muốn, khoảng năm phút cho mỗi bên cho vừa, sau đó chuyển sang thớt và để yên trong năm phút, sau đó cắt lát.

c) Trong một cái bát nhỏ, trộn đều nước tương, tỏi, nước cốt chanh, mật ong và ớt cayenne cho đến khi hòa quyện và để sang một bên.

d) Thêm hành tây, ớt và bông cải xanh vào chảo và nấu cho đến khi mềm, sau đó thêm hỗn hợp nước tương và khuấy cho đến khi phủ hoàn toàn.

e) Thêm mì ramen đã nấu chín và bít tết và khuấy cho đến khi kết hợp.

## 36. Gà Teriyaki

**Thời gian chuẩn bị : 15 phút**

Khẩu phần: 2

Thành phần:

- Dầu mè, một thìa. ▫▫ Bông cải xanh, để phục vụ ▫▫ Mật ong, một cái thìa.
- Sốt cà chua, hai thìa. ▫▫ Muối và tiêu, tùy khẩu vị ▫▫ Tinh bột ngô, một muỗng cà phê.
- Cơm trắng luộc, một chén
- Tỏi và gừng, một thìa.

    Trứng luộc, một quả 🥚
Nước tương, một thìa.

Hướng dẫn:

a) Trong một bát vừa, trộn đều nước tương, giấm gạo, dầu, mật ong, tỏi, gừng và bột ngô.

b) Trong một cái chảo lớn trên lửa vừa, đun nóng dầu. Thêm thịt gà vào chảo và nêm muối và hạt tiêu. Nấu cho đến khi chúng trở nên vàng và gần chín.

c) Đậy nắp gà và đun nhỏ lửa cho đến khi nước sốt hơi đặc lại và gà chín.

d) Trang trí với hạt vừng và hành lá.

e) Dọn cơm với bông cải xanh hấp.

**37. Bát cá hồi kiểu Nhật**

Thời gian chuẩn bị : 30 phút

●

Khẩu phần: 4

Thành phần:

- Tương ớt, một thìa.
- nước tương, một muỗng cà phê.
- Cơm, hai chén ☐☐ Dầu mè, một thìa.
- Gừng, hai thìa. ☐☐ Muối và tiêu, tùy khẩu vị ☐☐ Hạt mè, một thìa cà phê.
- Giấm, một muỗng cà phê.
- Những đám mây vụn khi cần thiết
- Cá hồi, nửa ký
  Bắp cải cắt nhỏ, một chén

Hướng dẫn:

a) Cho gạo, ba chén nước và nửa muỗng cà phê muối vào nồi lớn, đun sôi và nấu trong mười lăm phút hoặc cho đến khi nước ngấm hết.

b) Cho giấm, nước tương, tương ớt, dầu mè, hạt mè và gừng vào tô trộn đều.

c) Thêm cá hồi và quăng nhẹ nhàng cho đến khi phủ hoàn toàn.

d) bắp cải thái nhỏ và dầu mè vào tô và trộn cho đến khi kết hợp tốt.

e) Cho một thìa lớn cơm vào mỗi bát, thêm bắp cải và rưới sốt mayonnaise lên trên.

## 38. Cơm Sushi/Chirashi-zushi

Thành phần:

- Cơm Nhật hai chén
- Giấm gạo, một phần tư cốc
- Muối, một muỗng cà phê và đường, hai muỗng canh.
- Nấm đông cô, tám cái
- Sashimi, nửa ký
- Trứng, ba và Mirin, một muỗng cà phê.
- Hạt mè, khi cần thiết
- Cá ngừ, nửa ký

Hướng dẫn:

a) Kết hợp các thành phần.

b) Cho gạo vào tô lớn và rửa sạch bằng nước lạnh.

c) Cho gạo vào nồi và thêm khoảng hai cốc nước. Để gạo ngâm trong nước ít nhất ba mươi phút. Bật bếp.

d) Trong một cái chảo nhỏ, kết hợp giấm gạo, đường và muối. Đặt chảo trên lửa nhỏ và đun nóng cho đến khi đường tan.

e) Trải sủi cảo ra đĩa lớn hoặc tô lớn. Rưới hỗn hợp giấm lên cơm và nhanh chóng trộn vào cơm bằng shamoji.

f) Cho nấm hương, nước tương, đường và rượu mirin vào chảo. Đun nấm đông cô trên lửa nhỏ cho đến khi nước gần cạn.

g) Mỡ chảo vừa và đổ vào một thìa cà phê hỗn hợp trứng và đường và làm món trứng tráng mỏng

## 39. Tôm nướng rau củ

**Thời gian chuẩn bị : 10 phút**

Khẩu phần: 4

Thành phần:

- Nước chanh, ba muỗng canh.
- Tôm, hai ký ⬜⬜ Muối, tiêu cho vừa ăn ⬜⬜ Ớt, một thìa.
- Rau trộn, một chén
- Sashimi, nửa ký
- Trứng, ba
- Mirin, một thìa cà phê.
- Hạt mè, khi cần thiết

Hướng dẫn:

a) Ướp tôm với gia vị, nước cốt chanh và dầu ô liu.
b) Trong khi đó, cắt và cắt rau.
c) Thêm một thìa dầu ô liu vào chảo và đun ở lửa vừa.
d) Xào rau cho đến khi chúng vàng và mềm. Hủy bỏ và đặt sang một bên trong một cái bát.
e) Trong cùng một chảo, chiên tôm cho đến khi chín hoàn toàn. Sau đó cho bánh rau vào chảo và xào với tôm trong hai phút.
f) Hủy bỏ và phục vụ.

**40. Gà trong nồi/Mizutaki**

**Thời gian chuẩn bị : 10 phút**

Khẩu phần: 4 Thành phần:

- Mụn cóc, một
- Mizuna, bốn
- Bắp cải Napa, tám
- Cà rốt, nửa cốc
- Chân gà, một kg
- Kombu, nửa kg ▢▢Sake, một muỗng cà phê.
- gừng, một muỗng cà phê.
- Hạt mè, khi cần thiết

Hướng dẫn:

a) Trộn tất cả các thành phần.
b) Trong một bát lớn, thêm năm cốc nước và kombu để làm dashi kombu. Đặt sang một bên trong khi bạn chuẩn bị gà.
c) Đổ đầy nước vào một nồi vừa và thêm các miếng thịt gà có xương và da. Biến nhiệt thành trung bình thấp.
d) Trong nước kombu dashi ủ lạnh, thêm những miếng đùi gà bạn vừa rửa sạch.
e) Thêm miếng gà sake và gừng.
f) Đun sôi trên lửa vừa.
g) Giảm nhiệt xuống mức trung bình thấp và nấu trong ba mươi phút. Trong thời gian này, bắt đầu chuẩn bị các thành phần khác. Sau ba mươi phút, loại bỏ và loại bỏ các lát gừng.

## SALAD NHẬT BẢN

### 41. Salad dưa chuột kiểu Nhật

**Thời gian chuẩn bị : 10 phút**

Khẩu phần: 8

Thành phần:

- Đậu phộng, nửa chén ☐☐ Nước tương, ba muỗng canh.
- Dầu mè, một thìa.
- Đường, một cái thìa.
- Giấm rượu, ba muỗng canh.
- Dưa chuột nhỏ, mười hai ounce

- tỏi, một
- Rau mùi tươi, khi cần

Hướng dẫn:

a) Đánh đều nước sốt và nhớ nếm thử để điều chỉnh bất cứ thứ gì bạn thích.

b) Nghiền mịn hạt phỉ trong máy xay thực phẩm bằng nút xung.

c) Nếu muốn loại bỏ một phần da trước, bạn có thể chạy dụng cụ gọt vỏ dọc theo hai bên hoặc chỉ cần luồn đầu nĩa xuống hai bên để tạo viền trang trí.

d) Đặt dưa chuột vào một cái bát và trộn với đủ nước sốt để phủ đều, bạn có thể không cần tất cả chúng.

e) Trộn với đậu phộng giã nhỏ, rắc ớt và thêm lá ngò.

## 42. Gỏi nước kiểu Nhật

**Thời gian chuẩn bị : 10 phút**

Khẩu phần: 2

Thành phần:

- Bơ đậu phộng, ba muỗng canh.
- Giấm gạo, một thìa.
- Mật ong, một muỗng cà phê.
- Đường, một cái thìa.
- Giấm rượu, ba muỗng canh.
- Cải xoong, sáu chén ⬜⬜ Myrrh , hai muỗng canh.

Hướng dẫn:

MỘT)

Trong một cái nồi cỡ vừa, đun sôi nước đã pha muối với một muỗng canh muối kosher.

b) Cho bơ đậu phộng, mật ong, giấm gạo, nước tương và rượu mirin vào một bát vừa.

c) Cải xoong rửa sạch, để ráo nước, tách lá ra khỏi thân.

d) Xắt nhỏ thân cây và cho vào nước sôi cùng với lá.

e) Nấu cho đến khi thân cây mềm nhưng có độ giòn mềm.

f) Để ráo nước, rửa sạch dưới vòi nước lạnh và nhẹ nhàng vắt kiệt nước.

g) Vỗ nhẹ cải xoong, thấm khô bằng khăn giấy rồi cho vào tô trộn.

h) Đổ nước sốt lên cải xoong và đảo cho đến khi phủ đều.

### 43. Xà lách Kani

**Thời gian chuẩn bị : 10 phút**

Khẩu phần: 4

Thành phần:

- Cà rốt, một củ vừa
- Dưa chuột, hai quả vừa
- Xoài chín, một cốc
- Mayonnaise Nhật Bản, một thìa.
- nửa quả chanh
- Muối và hạt tiêu cho vừa ăn
- Kani, 150 g

   Gọt vỏ cà rốt và cắt bỏ các đầu.

Hướng dẫn:

MỘT)

b) Làm tương tự với dưa chuột nhưng không bỏ lõi hạt.

c) Bẻ nhỏ thanh cua bằng tay bằng cách ấn nhẹ một miếng từ đầu này đến đầu kia để nới lỏng các dải rồi tách từng dải ra khỏi dải khác.

d) Gọt vỏ xoài chín.

e) Trong một bát lớn, thêm dưa chuột, cà rốt, Kani, xoài và mayo Nhật Bản. Vắt nước cốt của nửa quả chanh lên trên và bỏ đi.

f) Nêm muối và hạt tiêu khi cần và khuấy cho đến khi tất cả các thành phần được kết hợp tốt.

g) Phục vụ ngay lập tức hoặc làm lạnh cho đến khi sẵn sàng.

h) Phục vụ trên rau diếp băng hoặc rau diếp romaine.

## 44. Oshitashi

**Thời gian chuẩn bị : 5 phút**

Khẩu phần ăn: 1

Thành phần:

- Rau bina, một kg
- hạt vừng, một thìa.
- Nước tương, một thìa.
- Mirin, một cái thìa.

Hướng dẫn:

MỘT)
Nướng hạt vừng trong chảo cho đến khi có màu nhạt.
b) Thêm rau bina vào một nồi nước sôi lớn và nấu trong hai đến ba phút cho đến khi héo.
c) Chuẩn bị một bồn nước đá.
d) Xả rau bina trong một cái chao.
e) Vắt khô và cho vào bát.
f) Trộn rau bina đã nấu chín với nước tương, rượu mirin và hạt mè.
g) Nó được phục vụ ở nhiệt độ phòng.

## 45. Salad bắp cải Nhật

**Thời gian chuẩn bị : 5 phút**

Khẩu phần ăn: 1

Thành phần:

- Xà lách trộn, một cốc
- hạt vừng, một thìa.
- Nước tương, một thìa.
- Mirin, một cái thìa.
- Bonito mảnh, khi cần thiết

Hướng dẫn:

MỘT)
Trộn tất cả các thành phần thay đồ trong một cái bát và đổ nó lên hỗn hợp xà lách trộn đã cắt nhỏ.

b) Trộn đều và rắc hạt mè và cá ngừ bào lên trên.

## 46. Salad mì Ramen

**Thời gian chuẩn bị : 15 phút**

Khẩu phần ăn: 1

Thành phần:

- Bắp cải và hành tây, một chén 󠀀󠀀 Hạt mè, một thìa.
- Nước tương, một thìa.
- Đường, một cái thìa.
- Giấm, một thìa.
-

Hướng dẫn:

MỘT)
- Bơ khi cần thiết
- Mì ramen, một gói

    Hạnh nhân, khi cần thiết

    Kết hợp dầu, giấm, đường và nước tương trong một cái lọ và khuấy cho đến khi đường tan.

b) Đun chảy bơ trong chảo lớn trên lửa vừa. Trong khi bơ đang tan chảy, nghiền nát mì ramen khi vẫn còn trong gói.

c) Tháo gói gia vị và loại bỏ.

d) Thêm mì, hạnh nhân và hạt vừng vào bơ tan chảy trong chảo.

e) Nấu, khuấy thường xuyên, cho đến khi hỗn hợp mì chuyển sang màu nâu vàng.

f) Xắt nhỏ bắp cải và trộn bắp cải và hành tây trong một bát lớn. Thêm hỗn hợp mì.

g) Đổ nước sốt lên món salad và trộn đều.

h) Phục vụ ngay lập tức.

## 47. Salad thịt lợn Chimichurri

**Thời gian chuẩn bị : 15 phút**

Khẩu phần: 2

Thành phần:

- Sườn heo, một kg
- Màu xanh lá cây, sáu ounce
- Cà chua bi, hai cốc 　 Dầu ôliu, một thìa.
- Giấm, một thìa.
- Rau mùi tây, khi cần thiết
-

Hướng dẫn:

MỘT)
- Chipotle, một nửa
  Lá oregano, khi cần thiết

- Muối và tiêu, nếu cần ▢▢ Sốt Chimichurri , tùy khẩu vị

Hướng dẫn:

a) Trong một bộ xử lý thực phẩm, kết hợp dầu ô liu, giấm, rau mùi tây, lá oregano và chipotle. Nêm muối và hạt tiêu và đặt sang một bên.

b) Làm nóng trước một con gà thịt. Lót một khay nướng có viền bằng giấy bạc và xịt dầu ăn.

c) Đặt thịt lợn lên tấm nướng và rắc muối và hạt tiêu lên cả hai mặt. Chiên cho đến khi nhiệt độ bên trong đạt 145 độ, năm phút mỗi mặt. Lấy thịt lợn ra khỏi gà thịt và để yên trong năm phút.

d) Trong khi đó, trong một bát lớn, kết hợp rau xanh, cà chua bi, phô mai và sốt chimichurri cho vừa ăn. Sắp salad ra đĩa hoặc đĩa.

e) Sắp xếp lên trên món salad, rưới thêm nước sốt và phục vụ.

-

## 48. Gỏi tầm xuân

**Thời gian chuẩn bị : 30 phút**

Khẩu phần: 4

Thành phần:

- Salad khoai tây, nửa ký
- Petits pois, nửa cốc
- Măng tây, nửa chén ☐☐ Dầu ô liu, bốn muỗng canh.
- Hạt bí ngô, một thìa.
- hành lá, bốn
- Bí ngòi non, một cốc
  Mù tạt nguyên hạt, khi cần
- Muối và hạt tiêu, nếu cần

- Mật ong, để nếm thử ☐☐ Nước cốt chanh, nếu cần

Hướng dẫn:

a) Để làm nước xốt, cho tất cả các nguyên liệu vào máy xay sinh tố và xay cho đến khi mịn và nhũ hóa.
b) Luộc khoai tây trong nước sôi có pha chút muối trong 10 phút hoặc cho đến khi vừa mềm, thêm nước luộc khoai tây trong hai phút cuối.
c) Đun nóng chảo lớn hoặc chảo nặng cho đến khi nóng. Thêm một thìa dầu ô liu và thêm măng tây thành một lớp.
d) Nấu trong năm phút hoặc cho đến khi cháy nhẹ. Lấy ra khỏi chảo và thêm vào hỗn hợp khoai tây.
e) Khi nóng, thêm bí xanh, cắt nhỏ và nấu trong năm phút. Thêm vào hỗn hợp khoai tây với rau diếp và hành lá.
f) Trộn nước sốt sau đó đổ lên salad và trộn đều.

-

**49. Salad bắp Nhật**

**Thời gian chuẩn bị : 30 phút**

Khẩu phần: 4

Thành phần:

- Mayonnaise, một cái thìa.
- Bắp cải, một ☐☐ Ngô, nửa cốc
- Đường, một cái thìa.
- Muối và hạt tiêu cho vừa ăn
- Hạt vừng xay, hai thìa.

**Hướng dẫn:**

a) Băm nhỏ bắp cải và để ráo nước. Để cho kết cấu đẹp mắt, đừng nghiền nó quá mỏng.

b) Để chuẩn bị băng, trộn các thành phần.

c) Trong một bát khác trộn bắp cải và ngô. Thêm băng và thế là xong.

d) Thêm nước xốt ngay trước khi ăn vì bắp cải có xu hướng bị chảy nước.

e) Món ăn của bạn đã sẵn sàng để được phục vụ.

## 50. Sonomono dưa chuột đậu nành

Thành phần

- 1 quả dưa chuột. Cắt tỉa
- 1 ½ muỗng cà phê. muối kosher
- 2 muỗng cà phê mirin
- 4 g hỗn hợp rong biển khô
- 2 ¼ muỗng cà phê. giấm gạo
- 2 muỗng cà phê nước tương
- 2 muỗng cà phê hạt vừng (để trang trí)

a) Trong một bát nhỏ, trộn giấm, rượu mirin và nước tương; để qua một bên

b) Cho dưa chuột đã thái vào bát và rắc muối lên trên. Để yên trong 7 phút để giải phóng tất cả chất lỏng

c) Xả nước và để chúng trong một cái bát

d) Cho tảo vào một bát nước, để yên trong 8 phút. Xả nước

e) Đặt các lát dưa chuột và rong biển đã ráo nước vào một cái bát. Đổ hỗn hợp đậu nành vào, rắc hạt vừng

# CÔNG THỨC SÚP NHẬT BẢN

## 51. Súp miso

Thời gian chuẩn bị : 15 phút

Khẩu phần: 4

Thành phần:

- Nước, bốn cốc
- Tương miso, ba muỗng canh.
- hành lá, hai

- Dashi hạt, hai muỗng canh.
- Đậu phụ, một khối

Trong một cái chảo vừa trên lửa vừa và cao, kết hợp các hạt dashi và nước; đun sôi.

b) Giảm nhiệt xuống mức trung bình và thêm tương miso, sau đó cho đậu phụ vào khuấy đều.

c) Tách các lớp hành lá và thêm chúng vào súp.

d) Đun sôi nhẹ trong vài phút trước khi ăn.

e) Súp của bạn đã sẵn sàng để phục vụ.

## 52. Ochazuke

**Thời gian chuẩn bị : 5 phút**

Khẩu phần ăn: 1

Hướng dẫn:

MỘT)
Thành phần:

- Dashi, một thìa.
- nước tương, một muỗng cà phê.
- Lá trà xanh Nhật Bản, một
- Nước, cốc
- Muối và hạt tiêu cho vùa ăn ☐☐ Nhụa thom , một thìa cà phê.

Kết hợp tất cả các thành phần trong một cái chảo nhỏ và đun sôi.

b) Đổ súp vào một ấm trà nhỏ.
c) Cho lá chè vào nồi.
d) Đun nước đến nhiệt độ thích hợp cho trà của bạn và rót vào ấm.
e) Dành hai phút.
f) Súp của bạn đã sẵn sàng để phục vụ.

## 53. Ôzôn

**Thời gian chuẩn bị : 20 phút**

Khẩu phần: 4 Thành phần:

- Dashi, một cốc
- Nước tương, một thìa.
- Sake, một cái thìa.
- Dải gà, một pound
- Nước, hai cốc
- Muối và hạt tiêu cho vừa ăn

Trộn tất cả các thành phần và để cho nó sôi.
b) Súp của bạn đã sẵn sàng để phục vụ.

Hướng dẫn:

MỘT)

**54. Súp hành Nhật Bản**

Thời gian nấu: một giờ

Khẩu phần: 5

Thành phần:

- dầu thực vật, hai muỗng canh.
- hành tây, một
- Cà rốt, một chén
- Bột tỏi và gừng, một thìa.
- Nước dùng gà, một chén

- Nước dùng thịt bò, một cốc ☐☐ Muối và hạt tiêu nếu cần

Hướng dẫn:

a) Đặt một nồi kho lớn trên lửa vừa và cao.
b) Thêm dầu và cho hành tây, tỏi, cà rốt và gừng vào nồi.
c) Rán tất cả các mặt rau củ để làm caramen, cẩn thận để tỏi không bị cháy.
d) Đổ nước dùng gà, nước dùng bò và nước vào.
e) Đun sôi.
f) Giảm nhiệt xuống mức thấp nhất và đun nhỏ lửa trong ít nhất một giờ.
g) Dùng hớt bọt để vớt rau ra khỏi nước dùng.
h) Hương vị, sau đó điều chỉnh muối khi cần thiết.
i) Món ăn của bạn đã sẵn sàng để được phục vụ.

## 55. Há cảo hoành thánh

Khẩu phần: 6

Thành phần:

- Bao bì hoành thánh, hai mươi bốn
- Hành lá thái nhỏ, một muỗng cà phê.
- Gừng thái nhỏ, một thìa cà phê.
- Nước tương, một thìa.
- đường nâu, một muỗng cà phê.
- Ức gà, băm nhỏ, hai cái
- Rau mồng tơi, một chén
- Tôm, một pound

- Hạt dẻ nước, tám ounce
- Nấm hương, thái lát, một chén ▯▯Rượu gạo, một thìa. ▯▯Thịt lợn xay, tám lạng

Hướng dẫn:

a) Đun sôi nước dùng gà, sau đó thêm tất cả các thành phần.
b) Nấu cho đến khi gà và tôm chín, trong khoảng 10 phút.
c) Trong một cái bát, trộn đều thịt lợn, tôm xay, đường nâu, rượu gạo hoặc rượu sherry, nước tương, hành tây và gừng băm nhỏ.
d) Trộn đều và để khoảng 25-30 phút cho ngấm gia vị.
e) Thêm một muỗng cà phê. nhân ở giữa mỗi miếng hoành thánh.
f) Làm ướt các cạnh của từng miếng hoành thánh với một ít nước và dùng ngón tay ép chúng lại với nhau để bịt kín.
g) Để nấu, thêm hoành thánh vào súp gà đang sôi và nấu trong 4-5 phút.

## 56. Canh kim chi và đậu hũ

Khẩu phần: 2

Thành phần:

- Dầu thực vật, một thìa.
- Hành tây, sáu
- Kimchi, nửa chén ⬜⬜Nước luộc gà, một chén ⬜⬜Xì dầu, ba muỗng canh.
- Muối và hạt tiêu cho vừa ăn
- Bột tỏi và gừng, một thìa.
- Đậu phụ, một khối
- Daikon, một

Hướng dẫn:

MỘT)

Đun nóng dầu trong một cái chảo lớn trên lửa lớn.

b) Nấu các phần màu trắng và xanh nhạt của trà xanh, tỏi và gừng, khuấy thường xuyên cho đến khi mềm và có mùi thơm, khoảng ba phút.

c) Thêm nước dùng, sau đó khuấy trong nước tương.

d) Thêm daikon và đun nhỏ lửa cho đến khi daikon mềm, mười lăm phút.

e) Thêm kim chi và đậu phụ.

f) Đun nhỏ lửa cho đến khi đậu phụ nóng lên.

g) Chia cẩn thận giữa các bát.

h) Súp của bạn đã sẵn sàng để phục vụ.

## 57. Súp nấm Shio Koji

Thời gian chuẩn bị : 20 phút

Khẩu phần: 2

Thành phần:

- Súp súp, hai chén
- Nấm khác nhau, hai cốc
- Muối và hạt tiêu cho vừa ăn ☐☐Shio koji, hai muỗng canh.

Cắt nấm thành lát mỏng hoặc khối và đun sôi với nhiều nước trong khoảng hai phút.
b) Để ráo nước và thêm gia vị shio koji vào nấm nóng.
c) Đợi khoảng mười lăm phút để hương vị phát triển.
d) Trong một cái chảo khác, đun sôi súp.
e) Thêm nấm và muối và để mọi thứ nóng qua.
f) Múc ra bát và dùng với bánh mì rất ngon.

Hướng dẫn:

MỘT)
**58. Yudofu**

**Thời gian chuẩn bị : 15 phút**

Khẩu phần: 2 Thành phần:

- Đậu phụ, một khối
- Mitsuba, nếu cần ☐☐Sake, một thìa.
- Mirin, một thìa cà phê.
- Súp rau, ba chén
- Nước, cốc
  Trộn đều tất cả các nguyên liệu và đun sôi trong mười lăm phút.
b) Súp của bạn đã sẵn sàng để phục vụ.

**59. Canh cơm Ojiya**

**Thời gian chuẩn bị : 20 phút**

Khẩu phần: 2

Thành phần:

Hướng dẫn:

MỘT)
- Gạo Nhật, một chén
- Súp rau, hai chén
- Rau trộn, một chén ⬜⬜Nước tương, một muỗng cà phê.
- Myrin, nửa thìa cà phê.
- Muối và hạt tiêu cho vừa ăn
- Nước, hai cốc

    Trộn đều tất cả các nguyên liệu và đun sôi trong mười lăm phút.

b) Súp của bạn đã sẵn sàng để phục vụ.

**60. Oshiruko Súp đậu đỏ ngọt**

**Thời gian chuẩn bị : 20 phút**

Khẩu phần: 3

Thành phần:

- Đậu Azuki đỏ ngọt, một cốc
- bánh gạo Mochi, bốn
- Súp rau, bốn chén

Hướng dẫn:

MỘT)
Bắt đầu bằng cách cho azuki và một cốc nước vào chảo lớn và đun sôi. Bạn có thể điều chỉnh lượng nước tùy theo sở thích ăn súp đặc hay loãng.

b) Bạn có thể nấu bánh mochi theo nhiều cách khác nhau, nhưng nướng sẽ cho kết quả tuyệt vời, vì vậy hãy đặt bánh mochi dưới vỉ nướng nóng trong vòng 5 đến 10 phút.

c) Sau khi bánh mochi bắt đầu nở ra trong vỉ nướng, chúng đã sẵn sàng và có thể được đặt vào bát phục vụ.

d) Sau khi hỗn hợp azuki và nước đã sôi, tắt bếp và đổ mochi vào bát phục vụ và thưởng thức.

**61. Canh đậu**

**Thời gian chuẩn bị : 15 phút**

Khẩu phần: 2

**Thành phần:**

- Bột đậu, năm muỗng canh. ▯▯Súp rau, hai chén ▯▯Nước tương, một muỗng cà phê.
- Mirin, một thìa cà phê.
- Muối và hạt tiêu cho vừa ăn

Hướng dẫn:

MỘT)
   Trộn đều tất cả các nguyên liệu và đun sôi trong mười lăm phút.
b) Súp của bạn đã sẵn sàng để phục vụ.

# BẮT ĐẦU

## 62. Sốt trắng cay Nhật Bản

## Thành phần

- 2 ¼ chén sốt mayonnaise Nhật Bản
- 1 ¼ muỗng cà phê. bột tỏi
- 1 cái ly. Sốt cà chua
- 1 thìa. ớt cựa gà
- 3 ¼ muỗng canh. đường
- 2 muỗng cà phê bột hành
- 1 ¼ muỗng cà phê. ớt đỏ

- 1 thìa muối biển
- 1 ½ muỗng cà phê. Tương ớt cay
- 1 cái ly. nước

Hướng dẫn

a) Trong một tô lớn sạch, đổ tất cả nguyên liệu vào
b) Trộn và đánh đều để hỗn hợp không bị vón cục
c) Bảo quản trong tủ lạnh cho đến khi sẵn sàng sử dụng
d) Ăn với cơm, mì ống hoặc salad rau củ

## 63. Cá hồi Nhật Bản và dưa chuột cắn

Thành phần

a) 1 quả dưa chuột. mạnh dạn cắt
b) ½ kg phi lê cá hồi
c) 1 ¼ muỗng cà phê. xì dầu
d) 2 thìa. trà xanh. Thái nhỏ
e) 1 muỗng canh mirin
f) 1 Ichimi togarashi (ớt Nhật)
g) 1 muỗng canh dầu mè
h) ½ muỗng cà phê. hạt mè đen

Hướng dẫn

i) Trong một bát nhỏ, kết hợp cá hồi, nước tương, trà xanh, dầu mè và rượu mirin.
j) Xếp các lát dưa chuột ra đĩa, cho một thìa cá hồi lên trên và rắc
trà xanh và hạt mè còn lại

**64. Bát đậu bắp keto Nhật Bản**

Thành phần

- 2 ngón tay đậu bắp
- 2 thìa. xì dầu
- 2 thìa. vảy cá ngừ
- 2 thìa. đổi hướng / trái cây nhà sư
- 2 thìa. nước
- 2 thìa. cục cưng
- 2 muỗng cà phê hạt mè, nướng
- 2 thìa. bonito mảnh Hướng dẫn

a) Đun sôi 2 cốc nước trong chảo

b) Trong một nồi khác, trộn nước tương, cá ngừ bào, 2 muỗng cà phê. nước, rượu sake, lật và chiên trong 1 phút

c) Bây giờ trở lại nước sôi và thêm đậu bắp, nấu trong 3 phút hoặc cho đến khi mềm

d) Để ráo nước và cắt thành lát đậm

e) Cho đậu bắp đã thái vào tô và rưới nước sốt lên trên

f) Trang trí với hạt vừng và cá ngừ bào

## 65. Gà giòn sốt

Thành phần

- 1 lb đùi hoặc ức gà không xương. Cắt thành khối hoặc dải
- 3 ½ muỗng cà phê. xì dầu
- 2 muỗng cà phê nước ép gừng tươi (gừng đập giập, thêm 1 muỗng canh nước và vắt lấy nước cốt)
- 3 thìa. mirin nhật bản
- ½ cốc. Dầu hạt cải để chiên
- 8 thìa. rượu sake nấu ăn nhật bản
- 3 thìa. Hạt mè
- ¼ cốc. Bột ngô

Hướng dẫn

a) Trong một bát lớn, đặt thịt gà và nêm nước gừng, rượu sake Nhật Bản, nước tương và rượu mirin. Ướp trong 25 phút

b) Rắc bột ngô lên gà, đảm bảo chúng được phủ đều trong bột. Rắc bột thừa và bày ra đĩa

c) Làm nóng dầu trong chảo và làm khô gà

d) Trộn với nhau 3 muỗng cà phê. tương miso trắng, 3 muỗng canh. sốt mayonnaise, 3 muỗng canh. Giấm gạo Nhật Bản hoặc giấm táo, một chút muối và 2 muỗng cà phê. Mật ong

e) Lấy thịt gà ra khi đã chín và vàng

f) Ăn với sốt mayonnaise hoặc nước sốt yêu thích của bạn

## 66. Nhãn dán Nhật Bản

Thành phần

- 1 ounce giấy gói hoành thánh ☐☐1 ½ chén bắp cải thái nhỏ
- ½ cốc. hành tây châu Á, xắt nhỏ
- ¼ cốc. cà rốt. thái nhỏ
- 1kg thị t heo xay
- dầu mè
- 1 tép tỏi
- 1 củ tỏi, thái nhỏ
- 1 thìa. xì dầu
- 1 củ gừng, nạo

Hướng dẫn

a) Kết hợp thịt lợn, cà rốt, bắp cải, dầu mè, tỏi, nước tương và gừng cho đến khi kết hợp tốt.
b) Trải hoành thánh lên mặt phẳng đã rắc bột mì
c) Đặt một thìa đầy vào giữa mỗi gói
d) Làm ẩm giấy gói bằng nước và gấp từng cái vào giấy bạc
e) Chụm các cạnh để tạo mẫu
f) Cho bánh bao vào dầu nóng và chiên cho đến khi vàng hoặc nấu trong nồi hấp

### 67. Thịt viên sốt teriyaki Nhật Bản

Thành phần

- 1 miếng (30 ounce). thịt viên đông lạnh
- 1 (14 ounces) sốt teriyaki hoặc tự làm
- Nấu cơm
- 1 chén dứa miếng

Hướng dẫn

a)  Để lửa vừa, cho thịt viên đã rã đông, sốt teriyaki vào một cái chảo lớn.
chảo

b)  Thêm các khối dứa và khuấy để kết hợp.
tắt nhiệt

c)  Múc một phần cơm lớn và đổ thịt viên đã hoàn thành lên trên

### 68. Sandwich mùa hè Nhật Bản

**Thời gian chuẩn bị : 5 phút**

phục vụ: 2

Thành phần:

- Lát bánh mì, sáu
- Dâu tây, một cốc
- Kem đánh bông, một cốc

Hướng dẫn:

MỘT)
    Đầu tiên bạn cần chuẩn bị bánh mì.

b) Hoặc đánh nửa cốc kem tươi trong bát cho đến khi bông cứng và phết đều lên bánh mì.

c) Tiếp theo, rửa sạch, cắt bỏ cuống và cắt đôi từng quả dâu tây ở giữa.

d) Bánh sandwich của bạn đã sẵn sàng để phục vụ.

### 69. Nem tươi sốt

**Thời gian chuẩn bị : 20 phút**

Khẩu phần: 4

Thành phần:

- Tôm, nửa ký
- Đậu xanh, một chén
- Lá bạc hà hoặc rau mùi, nếu cần
- Bánh tráng gói, mười hai
- Hành lá, nửa chén
- Mayonnaise, hai thìa.
- tương ớt, một muỗng cà phê.
- Tương miso, một muỗng cà phê.

Hướng dẫn:

MỘT)

Đổ đầy một cái chảo nhỏ với một ít nước và thêm một chút muối.

b) Thêm tôm và nấu cho đến khi có màu hồng tươi, khoảng năm phút.

c) Trong một cái chảo riêng, đun sôi đậu xanh trong năm phút.

d) Đặt bánh tráng trên một miếng vải sạch.

e) Xếp lá bạc hà hoặc rau mùi dưới đáy bánh tráng và cho nửa con tôm vào giữa.

f) Cho đậu xanh và hẹ hoặc hành lá lên trên.

g) Rắc chút muối lên trên cho vừa ăn.

h) Gấp các cạnh và cuộn chặt để đảm bảo tất cả các nguyên liệu đều ở bên trong.

i) Chuẩn bị nước sốt bằng cách trộn tất cả các thành phần.

j) Phục vụ chả giò với nước chấm như một món ăn nhẹ hoặc món ăn phụ.

### 70. Gà rán Karaage kiểu Nhật

**Thời gian chuẩn bị : 30 phút**

Khẩu phần: 6

Thành phần:

- Nước tương, ba thìa.
- Đùi gà không xương, một pound ☐☐Sake, một muỗng canh.
- Gaelic dán và gừng, một muỗng cà phê.
- Tinh bột khoai tây Katakuriko, một phần tư cốc
- Mayonnaise Nhật Bản, khi cần thiết
- Dầu ăn, nếu cần

Cắt gà thành miếng vừa ăn.

Hướng dẫn:

MỘT)

b) Cho gừng, tỏi, nước tương và rượu nấu ăn vào bát và trộn đều cho đến khi mịn.

c) Thêm thịt gà, đậy nắp kỹ và để ướp trong hai mươi phút.

d) Xả hết chất lỏng thừa ra khỏi thịt gà và thêm tinh bột khoai tây katakuriko. Khuấy cho đến khi các miếng được phủ hoàn toàn.

e) Đun nóng một ít dầu ăn trong chảo đến khoảng 180 độ và kiểm tra nhiệt độ bằng cách cho một ít bột mì vào.

f) Chiên từng miếng trong vài phút cho đến khi chín vàng, sau đó vớt ra để ráo trên giá hoặc vỉ cuốn bếp.

g) Ăn nóng hoặc lạnh với một ít chanh và một ít sốt mayonnaise Nhật Bản.

## 71. Kẹo cá mòi Tazukuri

**Thời gian chuẩn bị : 15 phút**

Khẩu phần: 4

Thành phần:

- Vừng rang chín, một thìa.
- Em yêu, một cái thìa.
- Nước tương, một thìa.
- Đường, một cái thìa.
- Em yêu, một cái thìa.
- Hương cừu, một thìa.
- Sake, một muỗng cà phê.
- Cá mòi con, một chén

Hướng dẫn:

MỘT)
Thu thập tất cả các thành phần. Bạn cũng sẽ cần một khay nướng có lót giấy da.

b) Cho cá mòi non khô vào chảo và chiên trên lửa vừa và thấp trong vài phút hoặc cho đến khi giòn.

c) Thêm hạt mè vào chảo và nướng trong hai phút.

d) Nhớ lắc chảo liên tục để mè không bị cháy.

e) Trong cùng một chảo, thêm rượu sake, nước tương và đường. Thêm mật ong và dầu.

f) Đun sôi trên lửa vừa và nhỏ và giảm nước sốt cho đến khi nước sốt đặc lại và bạn có thể vạch một đường trên bề mặt chảo bằng thìa silicone.

g) Thêm cá mòi trở lại chảo và phủ nước sốt.

### 72. Thịt xiên nướng Yakitori

**Thời gian chuẩn bị : 10 phút**

Khẩu phần: 12

Thành phần:

- Sốt Teriyaki, nửa chén
- Hẹ xanh, hai
- Đùi gà, hai ký

Hướng dẫn:

MỘT)
Đun nóng sốt teriyaki trong một cái chảo nhỏ trên lửa vừa và cao. Để nó sôi và giảm bớt để làm đặc nước sốt.

b) Cắt phần đầu trắng của hẹ thành những miếng dài.

c) Chuẩn bị xiên.

d) Làm nóng vỉ nướng trước và phết dầu ô liu lên.

e) Đặt các xiên gà yakitori lên mặt vỉ nướng để nướng gà cho đến khi chín vàng.

f) Xoay xiên và nấu cho đến khi mặt còn lại có màu nâu hoặc thịt gà chuyển sang màu trắng.

g) Phết sốt teriyaki lên xiên gà. Khi một mặt đã được tráng, lật xiên lại và phết sốt Yakitori lên trên.

h) Lặp lại quy trình trên thêm một lần nữa rồi tắt bếp.

i) Yakitori xiên được phục vụ trên cơm hoặc ăn kèm với salad xanh.

## 73. Thịt viên gừng ngọt

Khẩu phần: 4

Thành phần:

- Bột gừng và tỏi, một thìa.
- Trứng, một
- Gà tây xay, 1 kg ▢▢Dầu mè, nửa muỗng cà phê.
- Nước tương, bốn thìa. vụn bánh mì, nửa chén Hoisin, hai muỗng canh.
- Trà xanh thái hạt lựu khi cần thiết
- Hạt mè, khi cần thiết
  Làm nóng lò nướng ở nhiệt độ 400 độ và phết nhẹ một lớp mỡ lên chảo nướng lớn.
  b) Trong một bát lớn, thêm gà tây, tỏi, gừng và trộn đều.

Hướng dẫn:

MỘT)

c) Sau đó thêm trứng, panko, dầu mè và nước tương và trộn đều.

d) Vo viên thịt ra và đặt lên khay nướng.

e) Nướng trong mười phút, sau đó xoay chảo và nướng thêm mười phút nữa.

f) Chuyển thịt viên vào chảo đủ lớn để vừa với tất cả.

g) Trong một bát nhỏ, trộn nước tương và tương đen còn lại.

h) Đậy nắp và cho thịt viên vào nước sốt khi nó đặc lại và đun nhỏ lửa trong vài phút.

i) Lấy thịt viên ra, cho vào tô và rưới phần sốt còn lại lên thịt viên.

## 74. Bánh cá chiên già Satsuma

Khẩu phần: 4

Thành phần:

- Đường, hai thìa.
- Trứng, một
- Phi lê cá, một kg
- Muối khi cần thiết
- Nước gừng, nửa muỗng cà phê.
- Nước, hai thìa. ▢▢Rau trộn, hai chén ▢▢Xì dầu, một thìa.

Cắt phi lê cá thành từng miếng nhỏ để dễ dàng tạo hỗn hợp trong máy xay thực phẩm.

b) Cho các miếng cá, rượu sake, nước gừng, muối và đường vào máy xay thực phẩm và trộn cho đến khi hỗn hợp trở thành bột nhão.

c) Thêm trứng vào hỗn hợp cá và trộn đều.

d) Cho tất cả hỗn hợp rau củ vào tô lớn và trộn đều, đảm bảo các miếng rau củ được phủ đều bột ngô.

e) Cho hỗn hợp chả cá vào tô trộn đều.

f) Đun nóng dầu trong chảo sâu lòng hoặc chảo rán đến 170 độ.

g) Lấy hỗn hợp chả cá và tạo thành một quả bóng.

h) Chiên cho đến khi mặt dưới của chả cá có màu vàng nâu.

Hướng dẫn:

MỘT)

i) Vớt chả cá ra giá hoặc giấy ăn cho thấm dầu.

## 75. Những đám mây bỏng ngô rong biển

**Thời gian chuẩn bị : 30 phút**

Khẩu phần: 6

Thành phần:

- Hạt vừng đen, một thìa.
- đường nâu, một cái muỗng.
- Muối, nửa muỗng cà phê.
- Dầu dừa, nửa muỗng cà phê. ▢▢Hạt bỏng ngô, nửa cốc ▢▢Bơ, hai muỗng canh.
- mảnh rong biển Nori, một cái thìa.

Trong chày và cối, nghiền các mảnh tảo bẹ, hạt vừng, đường và muối thành bột mịn.

b) Đun chảy dầu dừa trong một cái chảo lớn có đáy nặng.

c) Thêm hạt bỏng ngô, đậy nắp và nấu trên lửa vừa cho đến khi hạt nổ.

d) Ngay lập tức thêm phần ngô còn lại sau khi ngô nổ, đậy nắp lại và nấu, thỉnh thoảng lắc chảo cho đến khi tất cả các hạt vỡ ra.

e) Chuyển ngô rang vào một cái bát lớn và đổ bơ tan chảy lên trên, nếu sử dụng.

f) Rắc hỗn hợp mây ngọt và mặn lên trên và dùng tay đảo đều cho đến khi từng miếng được phủ đều.

g) Rắc hạt vừng còn lại lên trên.

Hướng dẫn:

MỘT)              TRÁNG MIỆNG

**76. Rượu shochu Nhật với chanh**

Thành phần

- 20ml nước cốt chanh tươi
- rượu shochu 20ml
- 40ml nước soda
- Chanh và lát chanh để trang trí

Hướng dẫn

a) Trong một bình lắc sạch, đổ tất cả các thành phần vào và lắc đều để trộn đều

b) Cho vài viên đá vào các ly đã chuẩn bị và rót đồ uống vào từng ly.

c) Nó được phục vụ với lát chanh và chanh

## 77. Kẹo mochi

Thành phần

- 1 ½ cốc. Nhà lắp ghép Anko
- 11/2 cốc. nước
- 1 cái ly. Katakuriko (bột ngô)
- ½ cốc. đường
- 1 ¼ cốc. shiratama-ko (bột gạo) Hướng dẫn

a) Đun nóng ½ cốc. Nước. Thêm ½ cốc. Đường, đun sôi
b) Thêm một nửa bột Anko. Khuấy đều để hòa quyện
c) Thêm nước nếu cảm thấy khô, trộn cho đến khi tạo thành một chất rắn. Nó được để sang một bên để làm mát
d) Khi nguội, múc ra và tạo thành 10 quả bóng nhỏ trở lên

e) Trộn đường và nước còn lại trong một bát nhỏ, đặt sang một bên

f) Đổ bột gạo vào tô. Cẩn thận đổ hỗn hợp đường vào bột, trộn đều để tạo thành một khối bột

g) Cho vào lò vi sóng và hâm nóng 3 phút

h) Rắc một ít katakuriko lên bề mặt, lấy bột ra và đặt lên bề mặt đã rắc bột mì.

i) Nhào nhẹ, cắt thành từng viên và ấn dẹt từng viên.

j) Đặt một quả bóng Anko vào từng miếng bột phẳng, cuộn lại để tạo thành một quả bóng

## 78. Quả Fgarui ja ponese

Thành phần

- 2 cốc. Quả dâu. DE bóc vỏ và bỏ ngọn
- 12 quả ô liu xanh
- 2 cốc. Dứa miếng hoặc 1 hộp dứa
- 2 cốc. lát kiwi
- 2 cốc. Dâu đen
- 2 cốc. Nham lê
- 9 xiên hoặc tăm

Xả chất lỏng dư thừa ra khỏi trái cây và cố định chúng xen kẽ trên xiên

b) Xếp các xiên thịt đã nhồi vào khay và cho vào tủ lạnh trong 1 giờ

c) Hủy bỏ và phục vụ khi sẵn sàng

Hướng dẫn

MỘT)
79. Salsa với trái cây Agar

Thành phần

- 1 thanh. Thạch Kanten (thạch hoa quả)
- 1 hộp nhỏ. múi quýt
- 40 g shiratama-ko (bột gạo)
- 3 thìa. đậu đỏ đóng hộp
- 10 kg. đường
- 1 cái ly. Trái cây hỗn hợp của kiwi, dâu tây, vv

Cho thạch Kanten vào nước lạnh, ngâm cho mềm

b) Đun sôi 250 ml nước, vớt Kanten mềm ra khỏi nước và cho vào nước đang sôi. Thêm đường và đun sôi cho đến khi Kanten tan hoàn toàn. Đổ ra tô, để nguội cho vào ngăn đá tủ lạnh cho cứng lại

c) Đổ shiratama-ko vào một cái bát, thêm một ít nước và trộn để tạo thành một khối bột nhão. Cuộn và cắt thành quả bóng

d) Đun sôi một nồi nước lớn khác, cho các viên shiratama-ko vào khi nước sôi và nấu cho đến khi các viên nổi trên mặt nước sôi.

e) Cho trái cây đã cắt vào bát, thêm những viên shiratama-ko đã làm sẵn vào, lấy ra một phần đậu đỏ, quýt, cắt bộ Kanten thành khối vuông và cho vào bát.

f) Rưới xi-rô quýt hoặc nước tương nếu có và phục vụ

Hướng dẫn

MỘT)
80. Cốc trái cây kiểu Nhật

Thành phần

- 1 lon. làm ngọt sữa đặc
- 1 lon. Cocktail trái cây (800 g). làm khô hạn
- 1 chai (12 oz) kaong. Hoàn toàn thoát nước và rửa sạch
- 1 cái ly. thịt dừa. Cắt mịn thành dải
- 1 chai (10 oz) gel dừa
- 1 gói (220 ml) kem đa năng
- 1 cái ly. Phô mai. cắt thành khối

Trong một bát nhỏ, trộn sữa đặc với kem
b) Đổ các thành phần khác vào hỗn hợp sữa đã sẵn sàng. Khuấy đều để kết hợp
c) Đậy nắp và làm lạnh trong 3 giờ
d) Lấy ra khỏi tủ đông và phục vụ!

**81. Cơm nắm Nhật Bản**

Hướng dẫn

MỘT)
Thành phần

- 70 g gạo Nhật. Nấu cho đến khi mềm
- 6 thìa. xì dầu
- 1 lb cá ngừ nấu chín

Làm nóng lò nướng trước

b) Đặt cơm đã nấu chín và nguội vào lòng bàn tay của bạn hoặc sử dụng khuôn onigiri để tạo thành một viên cơm.

c) Tạo một lỗ trên quả bóng và thêm nhân vào, chỉnh màu và đóng lại. (quấn càng nhiều quả bóng càng tốt)

d) Phủ chảo bằng bình xịt nấu ăn và đặt các quả bóng vào đó

e) Nướng trong lò đã làm nóng trước trong 12 phút, thỉnh thoảng trở mặt cho đến khi có màu nâu nhạt.

f) Tắt bếp và chấm với xì dầu

g) Quay trở lại nhiệt và phục vụ!

## 82. Kinako dango

**Thời gian chuẩn bị : 5 phút**

Khẩu phần: 4

Thành phần:

- Kinako, nửa cốc
- Đường cát, hai thìa.

Hướng dẫn

MỘT)
- Nước lạnh, nửa cốc
- Bột dango, một cốc muối Kosher, nửa thìa cà phê.

Trong một bát trộn thêm bột Dango và nước. Trộn đều cho đến khi kết hợp tốt.

b) Lấy một ít bột và tạo thành một quả bóng.

c) Đặt nó vào đĩa và lặp lại cho đến khi sử dụng hết bột.

d) Đặt sang một bên một bát nước lạnh.

e) Cho những viên dango vào nước sôi và đun cho đến khi chúng nổi lên trên mặt nước.

f) Xả và thêm vào nước lạnh. Để vài phút cho đến khi chúng nguội và ráo nước.

g) Trong một bát khác, thêm kinako, đường và muối và trộn đều.

h) Cho một nửa hỗn hợp kinako vào bát phục vụ, thêm các viên dango và phủ kinako còn lại lên trên.

i) Thức ăn của bạn đã sẵn sàng để được phục vụ.

Hướng dẫn:

MỘT)
**83. Pudding bí ngô kiểu Nhật**

**Thời gian chuẩn bị : 25 phút**

phục vụ: 2

Thành phần:

- Bí ngô nghiền nhuyễn, một cốc ▢▢Đường, ba thìa.
- Chiết xuất vani, một muỗng cà phê.
- Trứng, hai
- Bột gelatin, hai thìa.
- Xi-rô cây phong, nếu muốn

Hòa tan bột gelatin với sữa.

b) Trong khi đó, cho bí ngô nghiền và đường vào tô, khuấy đều và cho vào lò vi sóng ở nhiệt độ cao trong 30 giây.

c) Cho hỗn hợp sữa và gelatin vào rồi cho bí đỏ và đường vào. Cho trứng và vani vào trộn đều.

d) Loại bỏ các bit không trộn lẫn còn sót lại trong sàng.

e) Đặt chảo hoặc nồi sâu lòng lên bếp và đặt ramekins vào bên trong.

f) Đốt lửa và đun sôi nước.

g) Tắt lửa và kiểm tra độ cứng của bánh pudding. Kết cấu phải hơi cứng, nhưng vẫn có dạng kem như bánh pudding.

h) Làm lạnh bánh pudding trong tủ lạnh cho đến khi được làm lạnh hoàn toàn.

## 84. Dorayaki

Thời gian chuẩn bị : 15 phút

Hướng dẫn:

MỘT)
Khẩu phần: 6

Thành phần:

- Em yêu, hai thìa.
- Trứng, hai
- Đường, một cốc
- Bột mì, một cốc
- Bột nở, một muỗng cà phê.
- Bột đậu đỏ, nửa cốc

Thu thập tất cả các thành phần.
b) Trong một bát lớn, kết hợp trứng, đường và mật ong và trộn đều cho đến khi hỗn hợp trở nên mịn.
c) Rây bột mì và bột nở vào tô và trộn đều mọi thứ lại với nhau.
d) Bây giờ bột sẽ mịn hơn một chút.
e) Đun nóng chảo chống dính lớn trên lửa vừa và thấp. Tốt nhất là dành thời gian của bạn và làm nóng từ từ.
f) Khi thấy bề mặt bột bắt đầu nổi bong bóng thì lật mặt bột lại và chiên tiếp.
g) Cho nhân đậu đỏ vào giữa.

h) Bọc dorayaki trong bọc nhựa cho đến khi sẵn sàng phục vụ.

## 85. Bánh bông lan phô mai Nhật Bản

**Thành phần:**
- Kem vani
- Brownie hỗn hợp, một hộp
- Nước sốt mềm nóng

**Hướng dẫn:**
a) Làm nóng lò trước ở 350 độ.
b) Cắt các dải giấy bạc để lót những chiếc cốc khổng lồ bằng hộp thiếc muffin.

Hướng dẫn:

MỘT)

c) Đặt các dải chéo nhau để sử dụng làm tay cầm nâng khi bánh hạnh nhân đã sẵn sàng.

d) Xịt giấy bạc vào chảo bằng bình xịt nấu ăn.

e) Chuẩn bị bột làm bánh hạnh nhân như mô tả ở mặt sau hộp hoặc theo công thức yêu thích của bạn.
f) Chia bột đều vào cốc muffin. Cốc muffin sẽ đầy khoảng 3/4.
g) Đặt khuôn muffin lên khay nướng có viền và nướng trong lò đã làm nóng sẵn trong 40-50 phút.
h) Lấy ra khỏi lò và để nguội trong chảo trong 5 phút, sau đó chuyển sang giá làm mát trong 10 phút nữa.
i) Bạn có thể cần dùng dao cắt bơ hoặc thìa đánh kem để nới lỏng các mặt của từng chiếc bánh hạnh nhân rồi lấy ra khỏi khuôn muffin bằng tay cầm giấy bạc.
j) Dọn bánh hạnh nhân ấm ra đĩa, trên cùng là một muỗng kem vani và sốt fudge nóng.

Hướng dẫn:

MỘT)

b)

86. Kem trà xanh

Thời gian chuẩn bị : 5 phút

phục vụ: 2

Thành phần:

- Bột matcha, ba muỗng canh.
- Nửa ruỡi, hai cốc
- muối kosher, một nhúm
- Đường, nửa cốc

Trong một cái chảo vừa, trộn một nửa, đường và muối.

Bắt đầu nấu hỗn hợp trên lửa vừa và thêm bột trà xanh.

c) Tắt bếp và chuyển hỗn hợp vào một cái bát trong bồn nước đá. Khi hỗn hợp đã nguội, dùng màng bọc thực phẩm bọc lại và cho vào tủ lạnh.

d) Món ăn của bạn đã sẵn sàng để được phục vụ.

Hướng dẫn:

MỘT)

b)
**87. Taiyaki**

**Thời gian chuẩn bị : 15 phút**

Khẩu phần: 5

Thành phần:

- Bột bánh, hai chén
- Bột nở, một muỗng cà phê.
- Baking soda, nửa muỗng cà phê.
- Đường, một chén

- Ồ, hai
- Sữa, nửa cốc

   Rây bột bánh ngọt, bột nở và muối nở vào tô lớn.

   Thêm đường và trộn đều để kết hợp.

c) Trong một bát vừa, đánh trứng và sau đó thêm sữa.

d) Kết hợp các thành phần khô với các thành phần ướt và trộn đều.

e) Đổ bột vào cốc đo lường hoặc cốc.

f) Làm nóng chảo Taiyaki và quét chảo bằng dầu thực vật.

g) Đổ đầy chảo Taiyaki khoảng 60% ở nhiệt độ trung bình thấp.

h) Đậy nắp và vặn ngay.

i) Sau đó quay và nấu ăn. Mở và kiểm tra xem Taiyaki có màu vàng không.

Hướng dẫn:

MỘT)

b)
88. Thiền Tử

**Thời gian chuẩn bị : 15 phút**

Khẩu phần: 4

Thành phần:

Cho đậu đỏ và năm cốc nước vào nồi.

Đun sôi và nấu trong năm phút, sau đó để ráo đậu và đổ bỏ nước nấu.

c) Bây giờ để ráo đậu, giữ lại nước đã nấu.

d) Cho đậu đã ráo nước vào nồi, thêm đường và nấu trên lửa vừa trong mười phút, khuấy liên tục.

e) Sau đó đổ nước nấu đậu vào, nêm đường và đun trên lửa nhỏ.

f) Nướng mochi trên vỉ nướng hoặc trong lò nướng bánh cho đến khi chúng nở ra và có màu nâu nhạt.

g) Đặt bánh mochi vào bát phục vụ và phủ một thìa súp đậu lên trên.

Hướng dẫn:

MỘT)

b)
## 89. Okoshi

**Thời gian chuẩn bị : 10 phút**

Phục vụ: 3

Thành phần:

- Cơm sôi, một chén
- Dầu Tempura, một thìa.
- Đường, một cốc
- Gạo nếp, một chén
- Đậu phộng, nửa cốc

Hướng dẫn:

MỘT)
Trải cơm đã nấu thành một lớp mỏng trên khay nướng và đặt lên rây phẳng hoặc khay phục vụ.

b) Khi gạo trở nên trong và giòn, nó đã sẵn sàng để chuẩn bị tiếp. Đầu tiên, phá vỡ bất kỳ khối u nào bằng ngón tay của bạn.

c) Lót một mẫu okoshi bằng giấy nướng.

d) Đun nóng dầu tempura đến 180 độ và chiên cơm.

e) Trộn đường với nước và nấu trên lửa vừa cho đến khi xi-rô bắt đầu sôi, sau đó giảm nhiệt và thêm hạt phỉ nếu muốn.

f) Nhanh chóng kết hợp cơm chiên phồng và xi-rô đường và chuyển sang một cái bát. Phủ một tấm nướng lên trên và ấn xuống bằng một vật nặng, phẳng.

g) Cắt thành miếng nhỏ và phục vụ.

## 90. Dango

**Thời gian chuẩn bị : 10 phút**

Khẩu phần: 6

Thành phần:

- Bột gạo Joshinko, một cốc
- Bột gạo Shiratamako, một cốc
- Đường, nửa cốc
- Nước nóng, khi cần thiết

Hướng dẫn:

MỘT)

Trộn đều bột gạo nếp joshinko, bột gạo nếp shiratamako và đường.

b) Thêm nước nóng từng chút một, trộn đều.

c) Đậy nắp bát mà bạn đã trộn hỗn hợp dango và cho vào lò vi sóng trong vài phút. Làm ướt tay một lần nữa và vo bột thành những viên tròn có kích thước bằng nhau.

d) Món ăn của bạn đã sẵn sàng để được phục vụ.

## 91. Kasutera

Khẩu phần: 24

Thành phần:

- Sữa, cốc
- Em yêu, hai thìa.
- Bột mì, hai chén
- Đường, một cốc

**Hướng dẫn:**

**MỘT)**

    Đặt lò nướng để làm nóng trước đến 170 độ.

b) Đầu tiên, bôi mỡ vào đáy và các mặt của chảo nướng bằng bơ hoặc mỡ, sau đó lót bằng giấy da để một phần giấy treo trên các mặt của chảo.

c) Rắc đáy chảo với đường.

d) Đun sôi một nồi nước, sau đó bắc ra khỏi bếp.

e) Trộn sữa và mật ong với nhau và rây đôi bột.

f) Cho trứng và đường vào tô.

g) Tiếp theo, cho hỗn hợp sữa và mật ong vào khuấy đều, sau đó thêm từng thìa bột mì vào, trộn đều cho đến khi hòa quyện.

h) Khi bánh đủ nguội để cầm, cho bánh vào túi ni lông và buộc kín. Làm lạnh trong vài giờ.

i) Món ăn của bạn đã sẵn sàng để được phục vụ.

# RAMEN VÀ SUSHI

## 92. Mì Ramen Shoyu

Thời gian chuẩn bị : 30 phút

Khẩu phần: 4

Thành phần:

- Chashu, một cốc
- Nitamago khi cần thiết
- Shiitake, khi cần thiết
- La-yu khi cần thiết
- Mây, nửa cốc

- Ramen, bốn gói
- Dashi, nửa cốc

Hướng dẫn:

a) Trong một nồi nước muối sôi, nấu ramen, khuấy bằng kẹp hoặc đũa cho đến khi chín, khoảng một phút.

b) Trong một cái chảo nhỏ trên lửa vừa, đun dashi và shiitake cho đến khi vừa sôi.

c) Đun sôi trong một phút và loại bỏ nhiệt.

d) Để shiitake sang một bên.

e) Cho nước dùng dashi và mì vào tô.

f) Cho chashu, nitamago, shiitake, hành lá, một chút la-yu và nori lên trên, nếu muốn.

## 93. Mì Miso

Thời gian chuẩn bị : 10 phút

phục vụ: 2

Thành phần:

- Tương miso, hai muỗng canh.
- Rau trộn, một chén
- Ramen, hai gói
- Nước tương, một thìa.

Nấu ramen và luộc rau.
Bây giờ trộn tất cả các thành phần còn lại và phục vụ nóng.

Hướng dẫn:

MỘT)

b)

## 94. Ramen gà tự làm đơn giản

**Thời gian chuẩn bị : 10 phút**

phục vụ: 2

**Thành phần:**

- Thị t gà, một chén ▯▯Mì ramen, hai gói ▯▯Dầu, một muỗng cà phê.
- Muối và hạt tiêu cho vùa ăn

Nấu ramen và gà.

Bây giờ trộn tất cả các thành phần khác và phục vụ nóng.

Hướng dẫn:

MỘT)

b)

**95. Mì ramen chay**

**Thời gian chuẩn bị : 10 phút**

phục vụ: 2

Thành phần:

- Trộn rau, một chén ▢▢Mì ramen, hai gói ▢▢Dầu, một muỗng cà phê.
- Muối và hạt tiêu cho vừa ăn

Nấu ramen và rau.

Bây giờ trộn tất cả các thành phần khác và phục vụ nóng.

96. Mì Ramen

Thời gian chuẩn bị : 10 phút

Hướng dẫn:

MỘT)

b)

phục vụ: 2

Thành phần:

- Mì ramen, hai gói ☐☐Sốt Miso, hai thìa.
- Nước tương, một thìa.

Trộn tất cả các thành phần và đun sôi kỹ trong mười phút.

b) Món ăn của bạn đã sẵn sàng để phục vụ.

## 97. Mì thịt heo

Hướng dẫn:

MỘT)
**Thời gian chuẩn bị : 10 phút**

phục vụ: 2

Thành phần:

- Thị t lợn, một chén ▯▯Mì ramen, hai gói ▯▯Dầu, một muỗng cà phê.
- Muối và hạt tiêu cho vừa ăn

   Nấu ramen và thị t lợn.

b) Bây giờ trộn tất cả các thành phần và phục vụ nóng.

## 98. Mì ăn liền

**Thời gian chuẩn bị : 10 phút**

phục vụ: 2

Thành phần:

🗃 👆↑♍

Trộn tất cả các thành phần và đun sôi trong mười phút.

Hướng dẫn:

MỘT)
b) Món ăn của bạn đã sẵn sàng để phục vụ.

**99. Sushi cá ngừ**

**Thời gian chuẩn bị : 5 phút**

Khẩu phần: 4

Thành phần:

- Dầu mè, nửa muỗng cà phê.
- Hành lá/hành lá, hai củ
- Vừng trắng rang chín, hai thìa.
- Mayo cay, hai muỗng canh.
- Cơm sushi (nấu chín và nêm gia vị), 1 cốc rưỡi
- Cá ngừ loại sashimi, 4 lạng Sốt Sriracha, 3 thìa cà phê.

   Trong một bát vừa, kết hợp cá ngừ, sốt Sriracha, dầu mè và một ít hành lá.

b) Đặt một tấm mây, mặt sáng bóng úp xuống, trên chiếu tre. Làm ướt ngón tay của bạn trong nước và trải đều $\frac{3}{4}$ chén gạo lên tấm mây.

c) Rắc hạt mè lên cơm.

d) Lật ngược tấm mây sao cho mặt gạo úp xuống.

e) Đặt một nửa hỗn hợp cá ngừ vào cuối dưới cùng của tấm mây.

f) Nắm chặt mép dưới của chiếu tre đồng thời dùng ngón tay giữ chặt nhân, cuộn thành hình trụ chặt.

g) Với một con dao rất sắc, cắt đôi cuộn và sau đó cắt mỗi nửa thành ba miếng.

Hướng dẫn:

MỘT)

h) Phủ một lớp sốt mayo cay lên trên mỗi miếng sushi.

## 100. Sushi cuộn Nhật Bản

Khẩu phần: 4

Thành phần:

- chanh, một nửa
- tấm nori, hai
- Cơm sushi, hai chén ▢▢Tôm tempura, tám miếng ▢▢Tobiko, hai muỗng canh.
- Unagi (lươn)
- dưa chuột Ba Tư/Nhật Bản, một quả
- Bơ, cho một

Hướng dẫn:

a) Dùng ngón tay ấn nhẹ các lát bơ cho đến khi bơ dài bằng chiều dài của cuộn sushi.

b) Bọc chiếu tre bằng màng bọc thực phẩm và đặt một nửa tấm mây, mặt bóng xuống dưới.

c) Lật nó lại và đặt tempura tôm, dải dưa chuột và tobiko ở cuối tấm nori.

d) Từ đầu dưới cùng, bắt đầu lăn tấm mây qua vật liệu nhồi cho đến khi đầu dưới chạm tới tấm mây.

e) Đặt mành tre lên trên cuộn và cuộn chặt cuộn lại.

f) Sử dụng một bên của con dao, đặt quả bơ lên trên cuộn.

g) Bọc màng bọc thực phẩm lên cuộn rồi đặt chiếu tre lên trên.

h) Cắt cuộn thành 8 miếng bằng dao.

i) Đặt tobiko lên từng miếng sushi và rưới sốt mayonnaise cay và rắc mè đen lên trên.

**PHẦN KẾT LUẬN**

Thật là một chuyến đi! Thật đáng để trải nghiệm những món ăn tuyệt vời của Nhật Bản cùng một lúc... và nếu bạn đang lên kế hoạch cho một kỳ nghỉ dưỡng dành cho thú cưng theo chủ đề châu Á, thì bây giờ là thời điểm tốt để bắt đầu thực hành kỹ năng nấu ăn châu Á của bạn và tự hào về bản thân. Vì vậy, hãy thoải mái thử từng cái một và đừng quên cho chúng tôi biết nó như thế nào.

Ẩm thực Nhật Bản được biết đến với sự đa dạng trong các món ăn và sự kết hợp phong phú của các loại gia vị quý hiếm thường chỉ có ở Nhật Bản.

Chúc bạn nấu món ăn Nhật vui vẻ!

www.ingramcontent.com/pod-product-compliance
Lightning Source LLC
Chambersburg PA
CBHW050358120526
44590CB00015B/1735